ഇതിഹാസം മുതൽ ദൈവദശകം വരെ

INSIGHT PUBLICA®

Nadakkavu, Kozhikode, Kerala, 673011
www.insightpublica.com
e-mail: insightpublica@gmail.com
Title: **Ithihasam Muthal Daivadasakam Vare**
Author: **VS Raveendran**
(Malayalam)
Book Design:KJVJ
First Edition: December 2021

Printed and Published by
InsightinPublica Printers & Publishers Pvt. Ltd.
ISBN 978-93-5517-172-6

ഇതിഹാസം മുതൽ ദൈവദശകം വരെ

വി.എസ്. രവീന്ദ്രൻ

INSIGHT PUBLICA

എറണാകുളം ജില്ലയിൽ വടക്കൻപറവൂരിൽ ഇസി സുബ്രഹ്മണ്യന്റെയും വികെ പാർവതിയുടെയും മകനായി ജനനം. റിട്ട.അധ്യാപകൻ.

ഗ്രന്ഥകർത്താവിന്റെ ഇതരകൃതി: 'ബൗദ്ധികദർശനം ഇതിഹാസത്തിൽ.'

ഭാര്യ: പികെ ശോഭന (റിട്ട.അധ്യാപിക.)

മക്കൾ: വിആർ രേഷ്മ സിജു ബിഎഎംഎസ്
വിആർ രഞ്ജുഷ അനു ബിഎസ്സി നഴ്സ്(Late)
വിആർ രശ്മി മിഥുൻ ബിഎച്ച്എംഎസ്

വിലാസം: വലിയകുളത്തിങ്കൽ, മാക്കനായി,
മന്നം പിഒ, എൻ പറവൂർ 683520
ഫോൺ 9446476452.

വിഎസ് രവീന്ദ്രൻ

ഉള്ളടക്കം

ബ്രാഹ്മണരും ദേവന്മാരും മഹാഭാരതവും

രാമായണവും മഹാഭാരതവുമാണല്ലോ നമ്മുടെ ഇതിഹാസങ്ങൾ. യുദ്ധപ്രധാനമാണിവരണ്ടും. മഹാഭാരതം കഥ തുടങ്ങുന്നത് ചന്ദ്രവംശരാജാവായ നഹുഷനിലാണ്. അദ്ദേഹത്തിന് അശോകസുന്ദരിയിലുണ്ടായ മകനാണ് യയാതി. ദേവന്മാരുടെ ഗുരുവായിരുന്നു ബൃഹസ്പതി. അസുരന്മാരുടേത് ശുക്രാചാര്യരും. ഇരുവരും ബ്രാഹ്മണരായിരുന്നു.

ശുക്രാചാര്യർക്ക് ഒരു മകളുണ്ടായിരുന്നു. ദേവയാനി. അസുരരാജാക്കന്മാരിൽ പ്രമുഖനായിരുന്നു വൃഷപർവാവ്. ഇദ്ദേഹത്തിനും ഒരു മകളുണ്ടായിരുന്നു. ശർമിഷ്ഠ. ദേവയാനിയും ശർമിഷ്ഠയും ആത്മസുഹൃത്തുക്കളായിരുന്നു. ദേവയാനിയാകട്ടെ, താനൊരു ബ്രാഹ്മണയാണെന്ന ഒരു ഗർവ്വം വച്ചുപുലർത്തിയിരുന്നു. ഇരുവരും അതീവസുന്ദരിമാരായിരുന്നു.

യയാതിയും കോമളനായ ഒരു രാജാവായിരുന്നു. അയാൾ ദേവയാനിക്ക് പുടവകൊടുക്കാൻ നിർബന്ധിതനാവുകയായിരുന്നു. തുടർന്ന് ഭാര്യയാക്കി; ശുക്രാചാര്യരുടെ അനുഗ്രഹത്തോടെതന്നെ. ദേവയാനിയുടെ നിർബന്ധത്തിനുവഴങ്ങി ശർമിഷ്ഠയെയും യയാതി കൂടെക്കൂട്ടി. ദേവയാനിയുടെ തോഴിയെന്നനിലയിൽ അവൾക്ക് പ്രത്യേകം വസതിയും നിർമിച്ചുനൽകി.

ദേവയാനി യയാതിമാരുടെ ദാമ്പത്യവല്ലരി മൊട്ടിട്ടു. ആ വാർത്തയറിഞ്ഞ തോഴി ശർമിഷ്ഠ അത്യധികം സന്തോഷിച്ചു. തോഴിയെന്നനിലയിൽ

ശർമിഷ്ഠയ്ക്ക് അതിമനോഹരമായ കൊട്ടാരം രാജീവ്യ നിർമിച്ചുനൽകിയിരുന്നു. അവിടെയെത്തിയ യയാതിക്ക് ശർമിഷ്ഠയുടെ നിർബന്ധത്തിന് വഴങ്ങാതിരിക്കാൻ കഴിഞ്ഞില്ല. ശർമിഷ്ഠയും ഗർഭിണിയായി. യയാതിക്ക് ദേവയാനിയിൽനിന്ന് യദുവും ശർമിഷ്ഠയിൽനിന്ന് പൂരുവും പിറന്നു. അവരുടെ വംശപരമ്പരയാണ് യദുവംശവും പൂരുവംശവും,

പൂരുവംശത്തിൽ പിറന്ന ഒരു മഹാരാജാവാണ് ശന്തനു. ഋഗ്വേദത്തിൽപോലും അദ്ദേഹം സ്തുതിക്കപ്പെടുന്നുണ്ട്. (ഋഗ്വേദം മണ്ഡലം പത്ത്, പടലം തൊണ്ണൂറ്റെട്ട്, മന്ത്രം പതിനൊന്ന്) രാജാക്കന്മാർക്ക് പൊതുവെ നിഷിദ്ധമായ സപ്തവ്യസനങ്ങളിൽ ഒന്ന് അദ്ദേഹത്തെ ബാധിച്ചിരുന്നുവെന്നുവേണം കരുതാൻ; സ്ത്രീസേവ. ഹസ്തിനപുരത്തിലെ രാജാവായിരുന്നു അദ്ദേഹം.

ശന്തനുവിന്റെ യൗവനകാലത്ത് ഒരിക്കൽ ഗംഗാനദിയുടെ തീരത്ത് നിൽക്കുമ്പോൾ ഒരു സുന്ദരി അദ്ദേഹത്തിന്റെ ശ്രദ്ധയിൽപ്പെട്ടു. കണ്ടമാത്രയിൽത്തന്നെ രാജാവ് അവളിൽ ആകൃഷ്ടനായി. അവളെ സമീപിച്ചു. പ്രേമാഭ്യർത്ഥനനടത്തി. തന്റെ ജീവിതത്തിലേക്ക് ക്ഷണിച്ചു. തന്റെ പേര് ഗംഗയെന്നാണെന്നും മഹാരാജാവിന്റെ പത്നിയാവുന്നതിൽ തനിക്കനിഷ്ടമില്ലെന്നും അവൾ അറിയിച്ചു. എന്നാൽ ഒരു വ്യവസ്ഥയുണ്ട്, വിവാഹജീവിതത്തിനിടയിൽ തന്റെ അഭീഷ്ടപ്രവർത്തനങ്ങളെ തടയാൻ പാടില്ല. സുന്ദരിയും കാഴ്ചയിൽ സുഭഗയുമായ ഗംഗയുടെ ശുല്കത്തെ ശന്തനു സമ്മതിച്ചു.

ഹസ്തിനപുരിയിൽ സന്തോഷം കളിയാടി. ഗംഗഗർഭിണിയായി. യഥാസമയം അവൾ പ്രസവിച്ചു. ഉടനെതന്നെ ശന്തനുവിനെ വിസ്മയിപ്പിച്ചുകൊണ്ട് ഗംഗ കുഞ്ഞിനെ ഗംഗയിലൊഴുക്കിക്കളഞ്ഞു. നിർവികാരനായി അത് നോക്കിനിൽക്കുവാനേ അദ്ദേഹത്തിനുകഴിഞ്ഞുള്ളൂ. വീണ്ടും ഗർഭിണിയായി ഗംഗ. അങ്ങനെ ഏഴുപ്രാവശ്യം. ഗംഗയുടെ ഈ പ്രവൃത്തി മഹാരാജാവിന് സഹിക്കാൻകഴിയുന്നതിനും അപ്പുറമായിരുന്നു. എട്ടാമത്തെ കുഞ്ഞിനെ ഗംഗയിലെറിയാൻതുടങ്ങിയപ്പോൾ ശന്തനു പറഞ്ഞു: "അരുത്!" കുഞ്ഞ് വലുതാകുമ്പോൾ തിരികെയെത്തിക്കാമെന്ന് പറഞ്ഞുകൊണ്ട് ഗംഗ കുഞ്ഞുമായി അപ്രത്യക്ഷയായി.

ശന്തനുവിന്റെ മകൻ വളർന്ന് യുവാവായപ്പോൾ ഗംഗാദേവി ദേവവ്രതനെ തിരികെ നൽകി. രാജാവിന് അതിയായ സന്തോഷമായി. ഗംഗാദത്തനായ ദേവവ്രതനെ മഹാരാജാവ് യുവരാജാവാക്കി. ഹസ്തിനപുരിയിലെങ്ങും സംതൃപ്തിയും സന്തോഷവും കളിയാടി.

ദേവവ്രതൻ മഹാരാജാവിന്റെകാര്യത്തിൽ ദത്തശ്രദ്ധനായിരുന്നു. അങ്ങനെയിരിക്കെ മഹാരാജാവിന്റെ മനസ്സ് അസ്വസ്ഥമായിരിക്കുന്നതായി ദേവവ്രതനുതോന്നി. മഹാരാജാവിന്റെ മനസ്സിൽ എന്തോ പ്രയാസം കടന്നുകൂടിയിരിക്കുന്നതായി ദേവവ്രതൻ മനസ്സിലാക്കി. പിതാവിന്റെ മനസ്സിനെ അസ്വസ്ഥമാക്കിയിരിക്കുന്നത് ഒരു പെൺകുട്ടിയാണെന്ന് മകൻ തിരിച്ചറിഞ്ഞു; ആ പെൺകുട്ടി കൈവർത്തകന്യകയായ സത്യവതിയാണെന്നും.

വസിഷ്ഠമഹർഷിയുടെ പ്രഥമപുത്രനായ ശക്തിയ്ക്ക് ചിത്രമുഖന്റെമകളായ അദൃശ്യന്തിയിൽ ഉണ്ടായ പുത്രനാണ് പരാശരൻ. അദൃശ്യന്തിയുടെ ഉദരത്തിൽ കഴിയുമ്പോൾത്തന്നെ വേദോച്ചാരണം നടത്തി വസിഷ്ഠനെ അദ്ഭുതപ്പെടുത്തിയ പരാശരൻ അദ്ഭുതസിദ്ധികളുള്ള മഹർഷിയായിരുന്നു.

അദ്രികയെന്ന് പേരുള്ള ഒരു അപ്സരസ്സ് ഗന്ധർവനുമൊത്ത് യമുനാനദിയിൽ ജലക്രീഡനടത്തിക്കൊണ്ടിരിക്കുകയായിരുന്നു. അപ്പോൾ സന്ധ്യാവന്ദനത്തിനുവേണ്ടി ഒരു വൃദ്ധബ്രാഹ്മണൻ ആ കടവിലെത്തി. സാധാരണഗതിയിൽ മനുഷ്യരൊന്നും വന്നുചേരാറില്ലാത്ത ആ കടവിൽ വൃദ്ധന്റെ സാന്നിധ്യം അരോചകമായി അപ്സരസിനുതോന്നി. അവൾ അയാളുടെ കാലിൽപിടിച്ചു. അയാൾ നദിയിൽ മറിഞ്ഞുവീണു. ആ അപ്സരസിനെ 'മത്സ്യമായിപ്പോകട്ടെ'യെന്ന് ആ വൃദ്ധൻ ശപിച്ചു. അങ്ങനെ അദ്രിക മത്സ്യമായിമാറി. ഇരട്ട മനുഷ്യക്കുഞ്ഞുങ്ങളെ പ്രസവിക്കുമ്പോൾ ശാപമുക്തിയുണ്ടാകുമെന്ന് പറയാനും അയാൾ മറന്നില്ല.

ചേദിരാജ്യത്തെ രാജാവായ വസു ഒരിക്കൽ നായാട്ടിനുപോയി. ക്ഷീണിതനായ അദ്ദേഹം ഒരു വൃക്ഷത്തത്തിന്റെ ചുവട്ടിലിരുന്നുവിശ്രമിച്ചു. പുഷ്പത്തിന്റെ മാദകമായമണം ആസ്വദിച്ചു. അത് അദ്ദേഹത്തിൽ അനംഗവികാരം ഉണ്ടാക്കി. ഇന്ദ്രിയം സ്ഖലിച്ചു. അത് ഒരു ഇലയിൽശേഖരിച്ച് പൊതിഞ്ഞ് ഒരു പരുന്തുവശം കൊട്ടാരത്തിലേക്ക് കൊടുത്തുവിട്ടു. പൊതിയുമായിപോകുന്ന പരുന്തിനെ മറ്റൊരുപരുന്ത് കണ്ടു. ആഹാരമാണെന്ന്കരുതി അത് അടുത്തുകൂടി. പരസ്പരമുള്ള ആക്രമണത്തിനിടെ പൊതി താഴേക്ക് പതിച്ചു. അത് വീണത് ഗംഗയിലായിരുന്നു. തത്സമയം പൊതിക്കകത്തുള്ളതിനെ ഒരു മത്സ്യംകൊത്തിവിഴുങ്ങി. ചേദിരാജാവിന്റെ ബീജംമൂലം ആ മത്സ്യം ഗർഭിണിയായി.

പുമാൻ രേതഃ സിഞ്ചതി യോഷിതായാം
ബഹ്വീഃ പ്രജാഃ പുരുഷാത് സംപ്രസൂതാഃ
(മുണ്ഡകോപനിഷത്ത് 2-1:5)

(രേതസിനെ പുരുഷൻ സ്ത്രീയിൽ സേചനം ചെയ്യുന്നു. അങ്ങനെ പുരുഷനിൽനിന്ന് അനേകം പ്രജകൾ ഉണ്ടായിരിക്കുന്നു.) ഇവിടെ സ്ത്രീസ്ഥാനത്ത് കുംഭമാവാം, മാനാവാം, മത്സ്യമാവാം. സന്തതിയായി വളരുന്നത് പുരുഷബീജമാണ്. വയലിൽ ചെടികണക്കെ എന്ന് മനസ്സിലാക്കുക.

ഒരു ദാശൻ ഗംഗയിൽ വലവീശി മത്സ്യബന്ധനം നടത്തി. വലയിൽ ഒരു വലിയ മത്സ്യം കുടുങ്ങി. അയാൾ അതിന്റെ വീർത്തവയർ കീറി. അയാൾ അദ്ഭുതപ്പെട്ടു. രണ്ടു മനുഷ്യക്കുഞ്ഞുങ്ങൾ. ഇരുകുഞ്ഞുങ്ങളേയും ചേദിരാജാവിന് കാഴ്ചവച്ചു. അതിൽ ആൺകുഞ്ഞിനെ ചേദിരാജാവ് സ്വീകരിച്ചു. പെൺകുഞ്ഞിനെ ദാശനുനൽകി. അയാൾ ആ കുഞ്ഞിനെ കാളിയെന്ന് പേരിട്ടുവളർത്തി. മത്സ്യഗന്ധമുണ്ടായിരുന്നതിനാൽ മത്സ്യഗന്ധിയെന്നപേരിലും പിന്നീട് സത്യവതിയെന്നപേരിലും അറിയപ്പെട്ടു.

ഗംഗയിൽ ആളുകളെ അക്കരെയിക്കരെ കടത്തിയാണ് ദാശൻ ഉപജീവനം നടത്തിയിരുന്നത്. സത്യവതി അക്കാര്യത്തിൽ പിതാവിനെ സഹായിച്ചിരുന്നു. ഒരിക്കൽ പരാശരമഹർഷി അതുവഴിവന്നു. നേരം പുലർന്നുവരുന്നതേയുള്ളൂ. സത്യവതിയോട് തന്നെ മറുകരകടത്താൻ ആവശ്യപ്പെട്ടു. മനസ്സില്ലാമനസ്സോടെയാണെങ്കിലും സത്യവതി അതിനുതയ്യാറായി. ഗംഗയുടെ മധ്യത്തിലെത്തിയപ്പോൾ പരാശരൻ സത്യവതിയെ പ്രാപിച്ചു. അതിൽനിന്നും അവൾക്കൊരുകുട്ടിയുണ്ടായി. ആൺകുട്ടി. അമ്മ ആവശ്യപ്പെടുമ്പോൾ എത്തിക്കൊള്ളാമെന്ന് പറഞ്ഞ് അയാൾ പോയി. അയാളാണ് വ്യാസൻ. വേദങ്ങളെ നാലായി പകുത്ത് ചിട്ടപ്പെടുത്തിയ വേദവ്യാസൻ. മഹാഭാരതമെന്ന ഇതിഹാസം രചിച്ച വ്യാസൻ.

ഋഗ്വേദകാലഘട്ടത്തിലും ഇതിഹാസകാലഘട്ടത്തിലും ഇന്ത്യയിൽ ലൈംഗിക അരാജകത്വം നിലനിന്നിരുന്നു. ബ്രാഹ്മണരെയും മഹർഷിമാരെയും ഭയഭക്തിബഹുമാനങ്ങളോടെയാണ് സമൂഹം കണ്ടിരുന്നത്. അവർക്ക് നിഗ്രഹാനുഗ്രഹശക്തിയുണ്ടെന്നുള്ള വിശ്വാസമായിരുന്നു അതിനുകാരണം. രാമായണത്തിൽ രാവണൻ ഒരു ബ്രാഹ്മണസന്യാസിയുടെ വേഷത്തിലാണ് സീതയെ സമീപിക്കുന്നത്. അയാളുടെ പ്രത്യേകമായ കഴിവിനെക്കുറിച്ചറിയാമെന്നവണ്ണമാണ് സീത അയാളോട് സംസാരിക്കുന്നത്. അയാളെങ്ങാനും ശപിച്ചുകളയുമോ എന്ന ഭയം!

കേരളത്തിൽ ഈ അവസ്ഥ അടുത്തകാലംവരെ നിലവിലുണ്ടായിരുന്നുവെന്നുവേണം കരുതാൻ. ഇല്ലങ്ങളിൽ മൂത്തനമ്പൂതിരിക്കുമാത്രമേ വേളിവിധിക്കപ്പെട്ടിരുന്നുള്ളൂ. അതുകൊണ്ടുതന്നെ വേളിക്ക് പരിധിയുണ്ടായിരുന്നില്ല; പ്രായത്തിലും എണ്ണത്തിലും. അനുജന്മാർക്കെല്ലാം

സംബന്ധമായിരുന്നു. നമ്പൂതിരിഗൃഹങ്ങളിൽ പെൺകുട്ടികൾ പുഷ്പിണികളാകുംമുമ്പേ വേളിനടക്കണം. അങ്ങനെ നടന്നില്ലെങ്കിൽ പിന്നെ ആ പെൺകുട്ടിയുടെ ഭാവി ഇരുളിലാണ്. ഏതെങ്കിലും കിഴവൻ നമ്പൂതിരി വന്നു വേളിയാക്കാം. ഏറെ കഴിയുംമുമ്പെ അയാൾ മരണപ്പെട്ടെന്നും വരാം. പുരുഷന്മാർക്കെന്നപോലെ സ്ത്രീകൾക്ക് പുനർവിവാഹമില്ല. ഒന്നുകിൽ കിഴവൻ നമ്പൂതിരിക്കൊപ്പം 'സതി'യായി ചിതയിൽ ജീവിതം അവസാനിപ്പിച്ച് ഇല്ലത്തിന് സൽപേരുണ്ടാക്കാം. അല്ലെങ്കിൽ തലമുണ്ഡനംചെയ്ത് വടക്കിനിയിൽ ശിഷ്ടകാലം ശ്വസിച്ചുതീർക്കാം; മുജ്ജന്മദുഷ്കൃതം.

നായർഗൃഹങ്ങളിൽ സംബന്ധത്തിനെത്തിയിരുന്ന ഇളയനമ്പൂതിരിമാർ 'അപ്ഫന്മാർ' എന്നാണ് അറിയപ്പെട്ടിരുന്നത്. അവസ്ഥയുള്ള നായർ തറവാട്ടുകാർ ആദരവോടെതന്നെയാണ് അപ്ഫന്മാരെ സ്വീകരിച്ചിരുന്നത്. അതിൽ അവർ അഭിമാനംകൊണ്ടിരുന്നു. സ്വന്തം ഭവനത്തിനും പടിപ്പുരയ്ക്കുമിടയിൽ പ്രത്യേകം പാർപ്പിടം പണിതുണ്ടാക്കി പാചകത്തിന് 'കുട്ടിപ്പട്ടരെ'യും നിയമിച്ച് സ്വന്തം നായർകുട്ടിയുടെ നമ്പൂതിരിക്കുവേണ്ടി പടിപ്പുരവാതിൽ മലർക്കെ തുറന്നിട്ടിരുന്നു. പല അപ്ഫന്മാർക്കും ഒന്നിലേറെ കുടുംബങ്ങളിൽ സംബന്ധമുണ്ടായിരുന്നു. സന്താനങ്ങൾക്ക് ആ പിതാവിന്റെ ലാളനമേൽക്കാൻ അവസരമുണ്ടായിരുന്നില്ലെന്നു പറയാം. നമ്പൂതിരി 'അയിത്ത'മാവാൻ ഗൃഹത്തിലെത്തുമ്പോഴേക്കും കുട്ടികൾ ഉറങ്ങിക്കഴിഞ്ഞിരുക്കും. കുളിയും തേവാരവും നടത്താൻ തിരക്കുകൂട്ടി അതിരാവിലെ നമ്പൂതിരി പുറപ്പെടുമ്പോഴേക്കും കുട്ടികൾ ഉണർന്നിട്ടുണ്ടാവുകയുമില്ല. പിതാവിന്റെ സ്വത്തിന് മക്കൾക്ക് അവകാശമുണ്ടാവുകയും മരുമക്കത്തായം വിട്ട് മക്കത്തായത്തിലേക്ക് സമൂഹം മാറുകയും ചെയ്തതോടെ അപ്ഫന്മാരും സംബന്ധവും ഇല്ലാതായി.

കോഴിക്കോട്ടെ സാമൂതിരിയുടെ പണ്ഡിതസദസ്സ് പ്രധാനമാണല്ലോ. പതിനെട്ടരകവികൾ എന്നറിയപ്പെട്ട ആ സദസ്സും സാമൂതിരിയും പരദേശിയെന്ന് വിളികൊണ്ട ഉദ്ദണ്ഡശാസ്ത്രികളും അവരുമായി ബന്ധപ്പെട്ടുകിടക്കുന്ന സാംസ്കാരികരംഗവും കേരളചരിത്രത്തിലെ സുവർണാക്ഷരപൂരിതമായ അധ്യായമാണ്.

കർണാടകബ്രാഹ്മണനായ ഉദ്ദണ്ഡശാസ്ത്രികൾ പതിനേഴുമലയാളബ്രാഹ്മണരെ തോൽപ്പിച്ച് സാമൂതിരിയിൽനിന്നും സ്ഥിരമായി പണക്കിഴി കരസ്ഥമാക്കിയിരുന്നതിൽ കുശുമ്പുള്ളവരായിരുന്നു മലയാളബ്രാഹ്മണർ. ഒടുവിൽ ഉദ്ദണ്ഡശാസ്ത്രികളെ തോൽപ്പിക്കാൻ അവർ കണ്ടെത്തിയ മഹാപണ്ഡിതനാണ് കാക്കശ്ശേരി നമ്പൂതിരി.

ഉദ്ദണ്ഡശാസ്ത്രികൾ ഉൾപ്പെടെയുള്ള പണ്ഡിതന്മാർ നിരന്നിരിക്കുന്ന സദസ്സിലേക്ക് കേരളപണ്ഡിതശ്രേഷ്ഠരായ നമ്പൂതിരിമാരാൽ അനുപ്രയാതനായാണ് ആദ്യമായി കാക്കശ്ശേരിഭട്ടതിരി സഭയിലെത്തുന്നത്. അദ്ദേഹത്തെകണ്ടപാടെ ഉദ്ദണ്ഡശാസ്ത്രികൾ സ്വഗതമായി പറഞ്ഞുപോലും, "ആകാരോ ഹ്രസ്വ:" ആകാരമെന്നാൽ ആകൃതി. അത് ചെറുതാണ്. പൊക്കം കുറവാണെന്നർത്ഥം. ഭട്ടതിരി അതുകേട്ടു. അദ്ദേഹം ഇങ്ങനെ പ്രതിവചിച്ചു: "നഹി നഹി. ആകാരോ ദീർഘ: അകാരോ ഹ്രസ്വ:" (ആകാരമെന്നാൽ 'ആ' എന്ന അക്ഷരം. അത് ദീർഘാക്ഷരമാണ്. ഹ്രസ്വമായിട്ടുള്ളത്'അ' എന്ന അക്ഷരമാണ്.) അവിടംമുതൽ ശാസ്ത്രികൾ പറയുന്നതിനെയെല്ലാം നിഷേധിക്കുന്നത് ഭട്ടതിരിയുടെ ഒരു ശീലംപോലെയായി.

ശാസ്ത്രികൾ ഏത്പ്രമാണം ഉദ്ധരിച്ചാലും "നഹി നഹി"പറയുകയും ഖണ്ഡിച്ച് വാദിക്കുകയും ചെയ്യുന്ന ഭട്ടതിരിയെ ഒന്ന് കുടുക്കാൻതന്നെ അദ്ദേഹം തീരുമാനിച്ചു. ശാസ്ത്രികൾ പറഞ്ഞു."ഭട്ടതിരിയുടെ മാതാവ് പതിവ്രതയാണ്." ഉടനെവന്നു ഭട്ടതിരിയുടെ മറുപടി "നഹി നഹി."

ഋഗ്വേദകാലത്ത് നിലനിന്നതും ഭട്ടതിരിയുടെകാലത്ത് തുടർന്നുവന്നതുമായ ഒരു വിശ്വാസത്തിന്റെ അടിസ്ഥാനത്തിലാണ് ഭട്ടതിരി അങ്ങനെ പറഞ്ഞത്. ഗന്ധർവന്മാരും അപ്സരസുകളും ലൈംഗിക അരാജകത്വത്തിന്റെ പ്രതീകങ്ങളായിരുന്നുവല്ലോ. അവർക്കുവേണ്ടി സൃഷ്ടിക്കപ്പെട്ട ഒരു ഗന്ധർവനാണ് വിശ്വാവസു. ഏതെങ്കിലും ഒരു ഇല്ലത്തിൽ ഒരു പെൺകുട്ടി പുഷ്പിണിയായാൽ അയാൾ അവിടെയെത്തും ആ പെൺകുട്ടിയെ സംരക്ഷിച്ചുകൊണ്ട് അവളോടൊപ്പം കഴിയും. ഗന്ധർവന് ഒപ്പംശയിക്കുന്ന പെൺകുട്ടിക്ക് കന്യത്വമുണ്ടോ എന്ന് ചോദിക്കുന്നതിൽ അർത്ഥമില്ലല്ലോ. പരാശരനെപ്പോലുള്ള മഹർഷിശ്രേഷ്ഠന്മാർ പറഞ്ഞാൽ നമ്പൂതിരിയുവാക്കൾക്ക് സംശയിക്കേണ്ടതില്ലല്ലോ.

ആസന്നവിവാഹയായ പെൺകുട്ടി വിശ്വാവസുവിനെ ഒഴിവാക്കുന്ന ഭാഗം ഋഗ്വേദം പത്താം മണ്ഡലത്തിൽ വിവരിക്കുന്നുണ്ട്:

"ഉദീര് ഷ്വാത: പതിവതീ ഹ്യേഷാ
വിശ്വാവസുന്ന മസാഗീര്ഭിരീളേ
അന്യാമിന്ഛ പിതൃഷദം വ്യക്താം
സതേഭാഗോ ഗോജനുഷാതസ്യവിദ്ധി" (10: 85: 21)

(അല്ലയോ വിശ്വാവസോ. ഈ കന്യക ഭർത്തൃമതിയായി. ഇനി അവളുടെ സമീപത്തുനിന്നെഴുനേറ്റാലും. നമസ്കാരങ്ങളെക്കൊണ്ടും സ്തുതികളെക്കൊണ്ടും വിശ്വാവസുവിനെ വണങ്ങുന്നു. അങ്ങ്

പിതൃകുലവർത്തിനിയും അവിവാഹിതയുമായ മറ്റൊരു കന്യകയെ ഇച്ഛിച്ചാലും. അപ്രകാരമുള്ള പദാർത്ഥമാണല്ലോ ജനനംകൊണ്ട് അങ്ങേയ്ക്ക് കൽപിതമായത്. ആ ഭാഗത്തെ അറിഞ്ഞാലും)

നവവധു സംശയത്തിനതീതയാവുന്നതിനുവേണ്ടി മഹർഷിപുംഗവന്മാർ ചമച്ചുണ്ടാക്കിയ അലംഘനീയമായ വിവാഹച്ചടങ്ങുകൾ തുടർന്നുള്ള മന്ത്രങ്ങളിലുണ്ട്. അതുമുഴുവൻ ഇവിടെ പകർത്തുന്നില്ല. കാക്കശ്ശേരി ഭട്ടതിരി തന്റെ മാതാവ് പതിവ്രതയല്ലെന്ന് പറയാൻകാരണം ഋഗ്വേദത്തിലെ ഇത്തരം മന്ത്രങ്ങളോടുകൂടിയ വിവാഹച്ചടങ്ങാണ്.

ഇത്തരത്തിലുള്ള വിശ്വാസത്തിന്റെയും ആചാരത്തിന്റേയും അർത്ഥശൂന്യതയും യാഥാർത്ഥ്യവും മനസ്സിലാക്കിയതുകൊണ്ടാണ് മലയാളി ബ്രാഹ്മണർ പെൺകുട്ടികൾ പുഷ്പിണികളാകുന്നതിനുമുമ്പുതന്നെ വേളി നടന്നിരിക്കണമെന്ന് ശാഠ്യം പിടിച്ചത്. ആപർദ്ധർമമെന്ന നിലയിൽ ശാങ്കരസ്മൃതി പുഷ്പിണി വിവാഹം അനുവദിക്കുന്നുണ്ടെന്നുമോർക്കണം.

ശന്തനുരാജാവിന്റെ മനസ്സിൽ അനംഗാവേശമുണർത്തിയ സത്യവതിയുടെ പിതാവായ ദാശമുഖ്യനെ ദേവവ്രതൻ സമീപിച്ചു. തന്റെ പിതാവ് സത്യവതിയിൽ ഭ്രമിച്ചിരിക്കുകയാണെന്നും ദാശമുഖ്യൻ നിശ്ചയിച്ച ശുല്കംമൂലം അസ്വസ്ഥനായി തിരിച്ചുപോന്നതാണെന്നും മനസ്സിലാക്കി. സത്യവതിയിൽ ശന്തനുവിനുജനിക്കുന്ന കുട്ടിയെ അനന്താരാവകാശിയാക്കാമെന്നും താൻ അവകാശവാദം ഉന്നയിക്കില്ലെന്നും സത്യവതിയെ രാജാവിനുനൽകി അദ്ദേഹത്തിന്റെ ആഗ്രഹം സഫലമാക്കണമെന്നും ദേവവ്രതൻ അഭ്യർത്ഥിച്ചു. കൊട്ടാരത്തിന്റെ ധർമ്മനിഷ്ഠയും ദാശരാജന്റെ ജീവിതാനുഭവബോധവും തുലനം ചെയ്യപ്പെട്ടു. ദേവവ്രതന്റെ വാക്കുകളെ അവിശ്വസിക്കേണ്ടതില്ല. എന്നാൽ അദ്ദേഹത്തിനുണ്ടാകുന്ന പുത്രൻ അവകാശവാദം ഉന്നയിക്കില്ലെന്നു പറയാൻ കഴിയില്ല. അങ്ങനെവന്നാൽ സത്യവതിയുടെ ചരിത്രമറിയാവുന്ന കൊട്ടാരം ശന്തനുവിന്റെ പൗത്രനോടൊപ്പം നിൽക്കാനാണ് സാധ്യത. ശന്തനുവിന് തന്റെ മകനോടുള്ള സ്നേഹം വളരെ വലുതാണ്. അതുപോലെ വലുതാണ് ദാശന് തന്റെ വളർത്തുമകളോടുള്ളസ്നേഹവും. അതുകൊണ്ട് ദാശൻ പറഞ്ഞു: "രാജകുമാരൻ രാജ്യംവേണ്ടെന്ന് തീരുമാനിക്കും. എന്നാൽ അങ്ങയ്ക്കുണ്ടാകുന്ന പുത്രൻ അങ്ങനെ തീരുമാനിക്കണമെന്നില്ല. അതുകൊണ്ട് ഈ ബന്ധം വേണ്ടെന്ന് വയ്ക്കുന്നതാണ് ഉത്തമം." ദേവവ്രതൻ തനിക്ക് പിതാവിനോടുള്ള സ്നേഹവും ലഭ്യമാകാനിടയുള്ള രാജാധികാരവും തമ്മിൽ തുലനംചെയ്തുനോക്കി. പിതാവിനെ നരകത്തിൽനിന്ന്ത്രാണനം ചെയ്യുന്നവനാണ് പുത്രനെങ്കിൽ പുത്രന്റെ

കടമ നിർവഹിക്കുന്നതാണ് കരണീയമെന്ന് ചിന്തിച്ചിരിക്കാം. താൻ വിവാഹമേ കഴിക്കില്ലെന്നും നിത്യബ്രഹ്മചാരിയായി കഴിഞ്ഞുകൊള്ളാമെന്നും ദാശന്റെ മകളെ മഹാരാജാവിന് പത്നിയായി നൽകണമെന്നും പറഞ്ഞു. പിതൃസ്നേഹത്തിന്റെ പ്രതീകമായി ദേവവ്രതനും പുത്രീസ്നേഹത്തിന്റെ പ്രതീകമായി ദാശനും മാറിയ ഈ മംഗളമുഹൂർത്തത്തെ വേണ്ടരീതിയിൽത്തന്നെ വിലയിരുത്താൻ ഇതിഹാസത്തെ പഠനവിധേയമാക്കുന്നവർക്ക് ഇനിയും കഴിഞ്ഞിട്ടില്ല. കാരണം രാജകുമാരന്റെ മനസ്സ് തങ്കമനസ്സാണ്. ദാശന്റെ മനസ്സ് 'പഴമനസ്സ്'ാണ്.!

ദേവവ്രതന്റെ പ്രതിജ്ഞയിൽ സംപ്രീതനായ ദാശൻ തന്റെ മകളായ സത്യവതിയെ ശന്തനുവിന് നൽകി. അവർക്ക് രണ്ട് സന്താനങ്ങളുണ്ടായി. ചിത്രാംഗദനും വിചിത്രവീര്യനും. ചിത്രാംഗദൻ അതേ പേരുള്ള ഒരു ഗന്ധർവനുമായി ഏറ്റുമുട്ടി മരണംവരിച്ചു. വിചിത്രവീര്യന് കാശിരാജാവിന്റെ മക്കളായ അംബികയെയും അംബാലികയേയും സ്വയംവരമണ്ഡപത്തിൽനിന്ന് പിടിച്ചുകൊണ്ടുവന്ന് നൽകി ഭീഷ്മർ. ഏറെതാമസിയാതെ രാജയക്ഷ്മാവ് പിടിപെട്ട് വിചിത്രവീര്യൻ മരിച്ചു. ശന്തനുവിന്റെ വംശതന്തു ഭീഷ്മരിൽവന്നുനിന്നു. പൂരുവംശം അവിടം കൊണ്ടവസാനിക്കണമോ എന്ന് തീരുമാനിക്കുവാനുള്ള അവസരം ഭീഷ്മർക്ക് മാത്രമായി,

ദേവവ്രതൻ ദാശനുനൽകിയ വാക്കിൽനിന്ന് പിന്തിരിയാൻ അതിനുകാരണക്കാരിയായ സത്യവതി ദേവവ്രതനോടാവശ്യപ്പെട്ടു. ശരിതെറ്റുകളും ന്യായാന്യായങ്ങളും വിവേചനം ചെയ്യാൻ കഴിവുള്ള ഭീഷ്മർ ഭീഷ്മരായിത്തന്നെ തുടരാൻ തീരുമാനിച്ചു. വിചിത്രവീര്യൻ ഭീഷ്മരുടെ അനുജനാണ്. അംബികയും അംബാലികയും അനുജന്റെ ഭാര്യമാരാണ്. അനുജന്റെ ഭാര്യ ജ്യേഷ്ഠന് മകളാണ്. അതാണ് ആർഷസംസ്കാരം. കാശിരാജാവൊരുക്കിയ വിവാഹമണ്ഡപത്തിൽനിന്ന് മൂന്ന് സോഹദരിമാരെ ബലാൽക്കാരമായി പിടിച്ചുകൊണ്ടുവന്നപ്പോൾ അംബികയുടേയും അംബാലികയുടേയും മനസ്സിൽ തോന്നിയിരിക്കാനിടയുള്ള ചിന്തയെ അഥവാ സ്വപ്നത്തെ നിഷേധിക്കുവാൻ ഭീഷ്മർക്ക് ആർഷസംസ്കാരത്തിന്റെ ധർമശാസ്ത്രം അനുവാദം നൽകുന്നുണ്ടോ?

ഗത്യന്തരമില്ലാതെ സത്യവതി തന്റെ പ്രഥമപുത്രനെ ഹസ്തിനപുരിയിലേക്ക് ക്ഷണിച്ചു. അംബികയ്ക്കും അംബാലികയ്ക്കും ജടാവല്ക്കലധാരിയായ വ്യാസനെ ഉൾക്കൊള്ളാൻ കഴിഞ്ഞില്ല. അതുകൊണ്ടുതന്നെ അനിഷ്ടവും അശ്രീകരവുമായ അപത്യോൽപാദനത്തിന് ഹസ്തിനപുരം സാക്ഷ്യംവഹിച്ചു. തുടർന്ന് ഒരു ശാപംപോലെ അത് ഹസ്തിനപുരത്തെ

പിന്തുടർന്നു. വിചിത്രവീര്യന്റെ ഭാര്യമാർ ഭീഷ്മർക്ക് നിഷിദ്ധമാണ്. അവർ വ്യാസന് നിഷിദ്ധമല്ല. അർജ്ജുനന്റെ ഭാര്യ ധർമ്മപുത്രർക്ക് നിഷിദ്ധയല്ല അതാണ് ആർഷഭാരതത്തിന്റെ ധർമ്മശാസ്ത്രം.

"പുമാൻ രേതഃ സിഞ്ചതി യോഷിതായാം
ബഹ്വീഃ പ്രജാഃ പുരുഷാത്സംപ്രസൂതാഃ
(മണ്ഡൂകോപനിഷത്ത് - 2: 1: 5)

(പുരുഷൻ രേതസിനെ സ്ത്രീയിൽ സേചനം ചെയ്യുന്നു. പുരുഷനിൽനിന്ന് അനേകം പ്രജകൾ ഉണ്ടാകുന്നു.) ഋഷിസങ്കൽപമനുസരിച്ച് സന്തതിപരമ്പരകൾക്ക് നിദാനം പുരുഷനാണ്. പുരുഷന്റെ രേതസാണ് സന്താനമായി രൂപപ്പെടുന്നത്. വയലിന്റെ സ്ഥാനമേ സ്ത്രീക്കുള്ളൂ. ഒരച്ഛന്റെ മക്കൾ സഹോദരരാകുമ്പോൾ ഒരമ്മപെറ്റമക്കൾക്ക് സാഹോദര്യമില്ലെന്ന് വരുന്നു.

രേതസ് ഇലയിൽപൊതിഞ്ഞു കൊടുത്തുവിടുന്നത് നാം കണ്ടു. വസിഷ്ഠന്റെ ജനനവും ഋശ്യശൃംഗന്റെ ജനനവുമെല്ലാം നമ്മുടെ മുന്നിലുണ്ട്. വസിഷ്ഠന്റെ പുത്രനായ ശക്തി. ശക്തിയുടെ ഭാര്യയായ അദൃശ്യന്തി. ശക്തിയുടെ മരണശേഷവും ജീവൻ അദൃശ്യന്തിയിൽ തങ്ങിനിൽക്കുകയാണ്. സന്താനോൽപാദനം നടത്തുകയാണ്. ഗർഭത്തിൽകിടന്നുകൊണ്ട് കുട്ടി വേദോച്ചാരണം നടത്തുകയാണ്. അദൃശ്യന്തിയുടെ സമീപത്തിരിക്കുന്ന വസിഷ്ഠൻ തന്റെ പൗത്രൻ വേദോച്ചാരണം നടത്തുന്നത് കേൾക്കുന്നു. ആ കുട്ടിയാണ് പരാശരൻ.

ചേദിരാജാവായ ഉപരിചരവസുവിന്റെ രേതസ് മത്സ്യവേഷത്തിൽ ഗംഗയിൽ കഴിയുന്ന അപ്സരസായ അദ്രിക കൊത്തിവിഴുങ്ങുന്നു. ആ രേതസ് മത്സ്യത്തിന്റെ ഉദരത്തിൽവച്ച് വളർച്ച പ്രാപിക്കുന്നു. അങ്ങനെ പൂർണ്ണ വളർച്ചയെത്തി പുറത്തെത്തപ്പെട്ട ക്ഷാത്രവീര്യമാണ് സത്യവതി. സത്യവതിയിൽ പരാശരനുണ്ടായ സന്താനമാണ് വ്യാസൻ.

ഇനി കുരുപാണ്ഡവരിലേക്ക്. യയാതിയിൽനിന്ന് ദേവയാനിയിലൂടെ യദുവംശവും ശർമിഷ്ഠയിലൂടെ പൂരുവംശവും രണ്ട് കൈവഴികളിലായി വളർന്നു. പൂരുവിന്റെ പരമ്പര ശന്തനുവിലെത്തി. അവിടെനിന്ന് ദേവവ്രതനെന്ന ഭീഷ്മരിലേക്ക്. അതവിടെ അവസാനിച്ചു. മറ്റൊന്ന് സത്യവതിയിലൂടെ വിചിത്രവീര്യനിലേക്ക്. അതും അവിടെ അവസാനിച്ചു. ഇവിടെ നിർണായകമായ ഒരു തീരുമാനമുണ്ടാകേണ്ടത് ഭീഷ്മരിൽനിന്നുമാണ്. അതുണ്ടായില്ലല്ലോ. ഹസ്തിനപുരം അനാഥമാകുന്ന അവസ്ഥ. കൊട്ടാരക്കെട്ടുകൾക്ക് കുലവർഗപാരമ്പര്യത്തിൽ കണ്ണിയാവാൻ കഴിയുമോ? ദാശമുഖ്യന്റെ ശിക്ഷണത്തിൽ വളർന്ന് ഹസ്തിനപുരത്തിന്റെ

രാജ്ഞിപദംവരെ അലങ്കരിച്ച സത്യവതിയുടെ മുന്നിൽ പൂരുവംശത്തിന്റെ രാജ്യലക്ഷ്മി ദണ്ഡനമസ്കാരം ചെയ്തുകിടന്നു. അപ്സരസ്ത്രീയിൽ പതിച്ച ക്ഷാത്രവീര്യമാണ് സത്യവതിയെന്നോർക്കണം. അവർ ഒരു തീരുമാനമെടുത്തു. ജനിച്ചയുടനെ കൈകാൽ കുടഞ്ഞ് എഴുന്നേറ്റ് കൈവണങ്ങി മറഞ്ഞുപോയ മകനെ സ്മരിച്ചു. മുന്നിൽ പ്രത്യക്ഷപ്പെട്ട മകനെ വംശപാരമ്പര്യത്തിന്റെ ചുമതല ഏൽപ്പിച്ചു.

സത്യവതിയുടെ മകനായ വ്യാസൻ വസിഷ്ഠമഹർഷിയുടെ പരമ്പരയാണ്. ക്ഷാത്രതേജസ് ബ്രഹ്മതേജസിന് വഴിമാറുന്ന മുഹൂർത്തം. ഇതിനെ ധന്യമെന്ന് വിശേഷിപ്പിക്കാനാവുമോ? അതെന്തായാലും ഉണ്ടായത് സ്ഥലകാലങ്ങൾ തെറ്റിവിളഞ്ഞ രണ്ട് കായ്കൾ. ഒന്ന് അന്ധൻ. മറ്റൊന്ന് പാണ്ഡൻ. ഇവരിൽനിന്ന് രണ്ട് പരമ്പരകൾ മുളപൊട്ടുകയാണ്. ഒന്ന് കൗരവർ. രണ്ട് പാണ്ഡവർ. രണ്ടിനും വസിഷ്ഠപാരമ്പര്യം. പാണ്ഡുവിൽനിന്ന് പുതിയൊരു തലമുറ രൂപംകൊണ്ടില്ല. അത് പാണ്ഡുവിൽതുടങ്ങി പാണ്ഡുവിൽതന്നെ ഒടുങ്ങി.

യയാതിയിൽ നിന്ന് ദേവയാനിയുലൂടെ വളർന്നുവന്ന തലമുറയാണ് യാദവന്മാർ. ശൂരസേനനിൽ എത്തുമ്പോൾ അദ്ദേഹത്തിന് രണ്ട് സന്താനങ്ങൾ ഉണ്ടാകുന്നു. വസുദേവനും, കുന്തിയും. യഥാർഥ പേര് പൃഥ. കുന്തിയ്ക്ക് ധർമ്മദേവനിൽ ഉണ്ടായ പുത്രൻ ധർമ്മപുത്രൻ അഥവാ യുധിഷ്ഠിരൻ. വായുദേവനിൽ ഉണ്ടായ മകൻ ഭീമൻ. ദേവേന്ദ്രനിൽ ഉണ്ടായവൻ അർജ്ജുനൻ. അശ്വിനി ദേവകളിൽനിന്ന് മാദ്രിക്കുമുണ്ടായി രണ്ട് കുട്ടികൾ. നകുലനും സഹദേവനും. ചുരുക്കിപ്പറഞ്ഞാൽ ഇവിടെ പേരെടുത്തുപറഞ്ഞ അഞ്ചുപേരും ദേവസന്തതികളാണ്.

ധർമ്മക്ഷേത്രമായ കുരുക്ഷേത്രത്തിൽവച്ച് പതിനെട്ടുദിവസങ്ങളിലായി നടന്ന യുദ്ധം വേദവ്യാസന്റെ സന്താനങ്ങളും ദേവന്മാരുടെ സന്താനങ്ങളും തമ്മിൽ നടന്ന യുദ്ധമാണെന്നു വരുന്നു. ഒന്നുകൂടി ലളിതമായി പറഞ്ഞാൽ ബ്രാഹ്മണസന്താനങ്ങളും ദേവസന്താനങ്ങളും തമ്മിൽ നടന്ന യുദ്ധം.

അധ്യാത്മ രാമായണവും കിളിപ്പാട്ടും

ഭാരതത്തിന്റെ ഇതിഹാസകാവ്യമാണ് രാമായണം. പ്രസിദ്ധമായ വാല്മീകിരാമായണം. സംസ്കൃത ഭാഷയിൽത്തന്നെ എഴുതപ്പെട്ട മറ്റൊരു രാമായണമാണ് അധ്യാത്മരാമായണം. അതിന്റെ രചയിതാവിനെക്കുറിച്ച് വ്യക്തമായ സൂചനകൾ ലഭ്യമായിട്ടില്ല. രാജകൊട്ടാരത്തിലെ അന്തർജനങ്ങളിൽ ആധ്യാത്മികബോധം വളർത്തിയെടുക്കുന്നതിനുവേണ്ടി ഏതോ കൊട്ടാരം ആചാര്യൻ എഴുതിയുണ്ടാക്കിയതാവണമത്. വാല്മീകിരാമായണം അതി ബൃഹത്താണ്. വർണനാപ്രധാനമാണ്. വിവരണാത്മകമാണ്. അധ്യാത്മരാമായണമാകട്ടെ താരതമ്യേന ചെറുതും ഭക്തിപ്രധാനവുമാണ്. അതിലെ ഭാഷയും പ്രതിപാദനശൈലിയും കണക്കിലെടുക്കുമ്പോൾ അതിപ്രാചീനമായൊരുകൃതിയെന്ന് പറയാൻ കഴിയില്ല. രാമന്റെ യൗവരാജ്യാഭിഷേകം നിശ്ചയിക്കപ്പെട്ടതറിഞ്ഞ് പട്ടമഹിഷിയും രാമന്റെ മാതാവുമായ കൗസല്യ രാമന് അർത്ഥസിദ്ധികൈവരാൻ ലക്ഷ്മീദേവിയോട് പ്രാർത്ഥിക്കുന്നുണ്ട്. ദുർഗാദേവിയെ പൂജിക്കുന്നുണ്ട്.

"ലക്ഷ്മീം പര്യചരദ്ദേവീം
രാമസ്യാർത്ഥപ്രസിദ്ധയേ
സത്യവാദീ ദശരഥഃ
കരോത്യേവ പ്രതിശ്രുതം."
(അ.രാ. അയോധ്യാ - 2:42)

(രാമന് അർത്ഥസിദ്ധി കൈവരാൻ ലക്ഷ്മീദേവിയോട് പ്രാർത്ഥിച്ചു. സത്യവാദിയായ ദശരഥൻ പ്രതിജ്ഞ നിറവേറ്റുകതന്നെചെയ്യും).

"കൈകേയീ വശഗഃ കിന്തു
കാമുകഃ കിംകരിഷ്യതി
ഇതി വ്യാകുലചിത്താ സാ
ദുർഗാം ദേവീമപൂജയത്."
(അ.രാ. അയോധ്യാ - 2:43)

(കൈകേയിക്ക് വശഗനായ ആ കാമുകൻ എന്താണാവോ ചെയ്യുക എന്നിങ്ങനെ ചിന്തിച്ച് അവർ ദുർഗാദേവിയെ പൂജിച്ചു.) രാജകൊട്ടാരത്തിൽ രാജപത്നിമാർക്കിടയിൽ നിലനിൽക്കുന്ന പൊരുത്തക്കേടുകൾക്കിടയിൽ രാമനുനിശ്ചയിക്കപ്പെട്ടിരിക്കുന്ന അഭിഷേകം നടക്കാതെ പോകുമോ എന്ന ഒരു മാതൃഹൃദയത്തിന്റെ ആശങ്കയും സത്യവാദിയായ രാജാവ് തീരുമാനത്തിൽനിന്ന് പിൻവാങ്ങില്ലെന്ന സ്വയം ആശ്വാസം കൊള്ളലുമാണിവിടെ. അതിന് ഐശ്വര്യദേവതയായ ലക്ഷ്മീദേവിയുടെ അനുഗ്രഹത്തിനുവേണ്ടി പ്രാർത്ഥിക്കുകയാണ്. എന്നിട്ടും രാജമാതാവിന് തൃപ്തിവരുന്നില്ല. ദശരഥൻ അന്തിയുറങ്ങുന്നത് കൈകേയിയുടെ അന്തഃപുരത്തിലാണ്. അവർക്ക് അധീനനുമാണ്. അതുകൊണ്ട് കൈകേയിയുടെ അഭീഷ്ടമനുസരിച്ച് എന്തും സംഭവിക്കാം. സ്വാസ്ഥ്യം നഷ്ടപ്പെട്ട കൗസല്യ ദുർഗാദേവിയെ പൂജിക്കുകയാണ്. ഇത്തരുണത്തിലുള്ള പ്രാർത്ഥനാരീതിയും ആരാധനാസമ്പ്രദായവും വാല്മീകിയുടെകാലത്ത് ഇല്ലായിരുന്നു. ഇന്ത്യയിൽ ഭക്തിയും വിശ്വാസവും സാമൂഹ്യജീവിതത്തിൽ അമിതമായ സ്വാധീനം ചെലുത്തിവന്ന ഒരു കാലഘട്ടത്തിലാവണം ഇതിന്റെ രചന. ഇക്കാര്യത്തിൽ പതിനഞ്ചാം നൂറ്റാണ്ടിനടുത്താവാമെന്ന അഭിപ്രായത്തോട് യോജിക്കാമെന്ന് തോന്നുന്നു.

വാല്മീകി രാമായണത്തെപ്പോലെതന്നെ ബാലകാണ്ഡം, അയോധ്യാകാണ്ഡം, ആരണ്യകാണ്ഡം, കിഷ്കിന്ധാകാണ്ഡം, സുന്ദരകാണ്ഡം, യുദ്ധകാണ്ഡം എന്നിങ്ങനെ ആറുകാണ്ഡങ്ങളും പിന്നെ ഉത്തരകാണ്ഡവും ചേർന്നാണ്, മൊത്തം അറുപത്തിയഞ്ച് സർഗങ്ങൾ. നാലായിരത്തിഇരുനൂറ്റിനാൽപ്പത്തിയെട്ട്ശ്ലോകങ്ങൾ. ഇന്ന് ലഭ്യമായ വാല്മീകിരാമായണത്തിന്റെ ഏതാണ്ട് ആറിലൊന്ന് വലിപ്പമെന്ന് കണക്കാക്കാം.

രാഷ്ട്രീയവും സാമൂഹികവുമായ കാരണങ്ങളാൽ ക്രി.വ. പതിനഞ്ച് പതിനാറ് നൂറ്റാണ്ടുകളിൽ ഇന്ത്യയിലാകെത്തന്നെ ഭക്തിയുടെ കാറ്റ് ആഞ്ഞുവീശുകയുണ്ടായല്ലോ. ആ കാലഘട്ടത്തിന്റെ സംഭാവനയാണ് എഴുത്തച്ഛൻ. സംസ്കൃതഭാഷയിലും മലയാളഭാഷയിലും അസാമാന്യമായ അവഗാഹമുണ്ടായിരുന്ന അദ്ദേഹത്തിന്. കിളിയെക്കൊണ്ട് പാടിക്കുന്ന ഒരു രീതിയാണ് കാവ്യരചനയിൽ സ്വീകരിച്ചത്. അതുകൊണ്ട് ഭാഷാവൃത്തങ്ങളായ കേക, കാകളി, കളകാഞ്ചി, അന്നനട, മണികാഞ്ചി,

ഊനകാകളി, ദ്രുതകാകളി തുടങ്ങിയ ഭാഷാവൃത്തങ്ങളാണ് സ്വീകരിച്ചത്. അധ്യാത്മരാമായണം കിളിപ്പാട്ട് എന്നാണ് തന്റെ കൃതിക്ക് നൽകിയ പേര്. സംസ്കൃത്തിലെ അധ്യാത്മരാമായണത്തിന്റെ മലയാളവിവർത്തനമാണ് അധ്യാത്മരാമായണം കിളിപ്പാട്ട്. സ്വതന്ത്രവിവർത്തനരീതിയാണ് അദ്ദേഹം അവലംബിച്ചകാണുന്നത്. ഏഴുകാണ്ഡങ്ങളിലായി നൂറ്റി അമ്പത്തിരണ്ട് ശീർശകങ്ങളുണ്ടതിൽ.

സീതാരാമന്മാരുടെ കഥപറയുന്നതിലൂടെ ആധ്യാത്മികമായ ജ്ഞാനം വായനക്കാരന് നൽകുകയാണല്ലോ ഇരുകവികളുടേയും ലക്ഷ്യം. അതുകൊണ്ട് ഉമാമഹേശ്വര സംവാദത്തിലൂടെ കഥാന്തരത്തിലേക്ക് കടക്കുന്ന രീതിയാണവലംബിച്ചകാണുന്നത്.

"പുരാരി ഗിരി സംഭൂതാ
ശ്രീരാമാർണവ സംഗതാ
അധ്യാത്മരാമഗംഗേയം
പുനാതി ഭുവനത്രയം"
(അ.രാ. - ബാല 1: 5)

(ത്രിപുരന്മാരെ വധിച്ച പരമശിവനാകുന്ന ഗിരിയിൽനിന്നുദ്ഭവിച്ച് ശ്രീരാമനാകുന്ന സാഗരത്തോട് ചേരുന്ന ഈ അധ്യാത്മരാമഗംഗ മൂന്ന് ലോകങ്ങളേയും പരിപൂതമാക്കുന്നു. (ത്രിപുരന്മാരെ വധിക്കുവാൻ പരമശിവൻ ഉപയോഗിച്ചവില്ലാണല്ലോ ത്രൈയംബകം. അത് ഒടിച്ചുകൊണ്ടാണ് രാമൻ സീതയെ വേൾക്കുന്നത്. വസ്തുനിർദ്ദേശത്തോടെയാണ് അധ്യാത്മരാമായണവും ആരംഭിക്കുന്നത്. കൈലാസശിഖരത്തിൽ ധ്യാന നിരതനായിരിക്കുന്ന പരമശിവനോട് ഗിരിവരതനയയായ പാർവതി രാമന്റെ പരമമായ തത്ത്വം എന്താണെന്ന് ചോദിക്കുന്നു. രാമൻ സീതയ്ക്ക് 'സീതാരാമഹനുമത്സംവാദം' ഉപദേശിച്ച്നൽകുന്നു.

രാവണനെ വധിച്ച് സീതാരാമന്മാർ ലക്ഷ്മണനോടും സുഗ്രീവനോടും ഹനുമാനോടും കൂടി അയോധ്യയിൽ എത്തി. വസിഷ്ഠൻ തുടങ്ങിയ മഹാത്മാക്കളുടെ സാന്നിധ്യത്തിൽ സിംഹാസനാരൂഢനായി. തികഞ്ഞഭക്തിയോടുകൂടി തന്റെ മുമ്പിൽനിൽക്കുന്ന ഹനുമാന് തത്ത്വജ്ഞാനമുപദേശിക്കുവാൻ രാമൻ സീതയോട് നിർദ്ദേശിക്കുന്നു. അതനുസരിച്ച് സീത ഹനുമാന്ന് ശ്രീരാമതത്ത്വം ഉപദേശിക്കുന്നു.

"വിശ്വാമിത്ര സഹായത്വം
മഖ സംരക്ഷണം തതഃ
അഹല്യാശാപ ശമനം
ചാപഭംഗോ മഹേശിതുഃ
(അ.രാ. ബാല - 1: 36)

(വിശ്വാമിത്രനെ സഹായിക്കാൻ യാഗരക്ഷചെയ്തു. അനന്തരം അഹല്യയുടെ ശാപനിവൃത്തിവരുത്തി. ശിവവില്ലൊടിച്ചു). സീതയെ പരിഗ്രഹിച്ചു. പരശുരാമന്റെ അഹങ്കാരം ശമിപ്പിച്ചു. തുടർന്ന് അയോധ്യയിൽ പന്ത്രണ്ടുവർഷം താമസിച്ചു. ദണ്ഡകാരണ്യത്തിൽപോയി. രാവണൻ സീതയെ അപഹരിച്ചു. സുഗ്രീവനുമായി കൂടിക്കാഴ്ചനടത്തി. ബാലിവധം നടന്നു. സേതുബന്ധനമുണ്ടായി. രാവണനെ സകുലം വധിച്ചു. വിഭീഷണനെ അഭിഷേകം ചെയ്തു. പുഷ്പകവിമാനത്തിൽ അയോധ്യയിലെത്തി. രാമാഭിഷേകം നടത്തി. ഭക്തിയില്ലാതെ ശാസ്ത്രക്കയങ്ങളിൽ മോഹിക്കുന്നവർക്ക് നൂറുജന്മംകൊണ്ടുപോലും ജ്ഞാനവും മോക്ഷവും കിട്ടുകയില്ല. ശ്രീരാമഹൃദയം ശ്രവിച്ച പാർവതിയ്ക്ക് അത് വ്യക്തമായും വിസ്തരിച്ചും കേൾക്കാൻ ആഗ്രഹമുണ്ടാകുന്നു. അതുകേട്ട് പരമശിവൻ

"ശൃണുദേവീ പ്രവക്ഷ്യാമി
ഗുഹ്യാദ്ഗുഹ്യതരം മഹത്
അധ്യാത്മരാമചരിതം
രാമേണോക്തം പുരാമമ."
(അ.രാ. ബാല - 2: 4)

(അല്ലയോ ദേവീ, രാമൻ പണ്ട് എന്നോട് പറഞ്ഞതും പരമരഹസ്യവും മഹത്തുമായ അധ്യാത്മരാമചരിതം ഞാൻ പറയാം. കേട്ടാലും.) രാവണൻ തുടങ്ങിയ രാക്ഷസന്മാരുടെ ഭാരത്താൽ ഭൂമീദേവി വലഞ്ഞു. ഗോരൂപം ധരിച്ച് ദേവന്മാരോടും മുനിമാരോടുംകൂടി ദേവി ബ്രഹ്മലോകത്തുചെന്നു. കാര്യങ്ങൾ മനസ്സലാക്കിയ ബ്രഹ്മാവ് അവരേയും കൂട്ടി പാലാഴിയുടെ തീരത്തെത്തി. മഹാവിഷ്ണുവിനെ ബ്രഹ്മാവ് കാര്യ ഗ്രഹിപ്പിച്ചു.

മനുഷ്യന്റെ കയ്യാൽ മാത്രമേ രാവണൻ കൊല്ലപ്പെടുകയുള്ളൂ എന്നൊരുവരം ബ്രഹ്മാവ് രാവണന് കൊടുത്തുപോയി. ആ വരംലഭിച്ച രാവണൻ മൂന്ന് ലോകത്തേയും ലോകപാലകരേയും ദ്രോഹിക്കുകയാണ്. അത്കൊണ്ട് അതിന് പരിഹാരമുണ്ടാവണം. വിഷ്ണു മനുഷ്യനായി ജനിക്കണം. ദേവദ്രോഹിയായ രാവണനെ വധിക്കണം.

വിഷ്ണു പറഞ്ഞു, കശ്യപൻ തപസ്സുചെയ്ത് വിഷ്ണു തന്റെ പുത്രനായി ജനിക്കണമെന്ന് ആവശ്യപ്പെട്ടു. അത് സമ്മതിച്ചുകൊടുക്കയാൽ കശ്യപൻ ദശരഥനായി ഭൂമിയിൽ വസിക്കുന്നു. അദ്ദേഹത്തിന്റെ പുത്രത്വം സ്വീകരിച്ച് താൻ തന്നെത്തന്നെ നാലായി വിഭജിച്ച് കൗസല്യയിലും മറ്റ് രണ്ട് അമ്മമാരിലും വെവ്വേറെ ജനിച്ചുകൊള്ളാം. തന്റെ യോഗമായ ജനകഭവനത്തിൽ സീതയായിജനിക്കും. അഭീഷ്ടം സാധിച്ചുതരുന്നതാണ്.

ഭക്തകവിയായ എഴുത്തച്ഛൻ ശ്രീരാമനെ സ്തുതിച്ചുകൊണ്ടാണ് കാവ്യം ആരംഭിക്കുന്നത്

"ശ്രീരാമ! രാമ! രാമ! ശ്രീരാമചന്ദ്ര! ജയ!
ശ്രീരാമ! രാമ! രാമ! ശ്രീരാമഭദ്ര! ജയ!
ശ്രീരാമ! രാമ! രാമ! സീതാഭിരാമ! രാമ!
ശ്രീരാമ! രാമ! രാമ! ലോകാഭിരാമ! ജയ!

....

ശ്രീരാമനാമം പാടിവന്ന പൈങ്കിളിപ്പെണ്ണേ!
ശ്രീരാമചരിതം നീ ചൊല്ലീടു മടിയാതെ!
ശാരികപ്പൈതൽതാനും വന്ദിച്ചു വന്ദ്യന്മാരെ
ശ്രീരാമസ്തുതിയോടെ പറഞ്ഞുതുടങ്ങിനാൾ."

ശാരികപ്പൈതലിന്റെ വന്ദനം നാൽപ്പത്തിയഞ്ച് ഈരടികളിലൂടെ ഗണപതി മുതൽ അഭിവന്ദ്യരായവരിലെല്ലാം എത്തുന്നുണ്ട്.

"നാന്മറനേരായ രാമായണം ചമയ്ക്കയാൽ
നാന്മുഖനുള്ളിൽ ബഹുമാനത്തെവളർത്തൊരു
വാല്മീകി കവിശ്രേഷ്ഠനാകിയ മഹാമുനി-
താൻ മമവരം തരികെപ്പോഴും വന്ദിക്കുന്നേൻ."
കാരണഭൂതന്മാരാം ബ്രാഹ്മണരുടെ ചര-
ണാരുണാംബുജലീന പാംസു സഞ്ചയം മമ
ചേതോദർപ്പണത്തിന്റെ മാലിന്യമെല്ലാം തീർത്തു
ശോധനചെയ്കീടുവാനാവോളം വന്ദിക്കുന്നേൻ
ആധാരം നാനാ ജഗന്മയനാം ഭഗവാനും
വേദമെന്നല്ലോ ഗുരുനാഥൻ താനരുൾചെയ്തു.
വേദത്തിനാധാരഭൂതന്മാരിക്കാണായൊരു
ഭൂദേവപ്രവരന്മാർ തദ്വരശാപാദികൾ.
പാദസേവകനായ ഭക്തനാം ദാസൻ ബ്രഹ്മ-
പാദജനജ്ഞാനി നാമാദ്യനായുള്ളോരു ഞാൻ
വേദസമ്മിതമായ് മുമ്പുള്ള ശ്രീരാമായണം
ബോധഹീനന്മാർക്കറിയാം വണ്ണം ചൊല്ലിടുന്നേൻ
അഗ്രജൻമമസതാം വിദുഷാമഗ്രേസരൻ
മൽഗുരുനാഥ നനേകാന്തവാസികളോടും
ഉൾക്കുരുന്നിങ്കൽ വാഴ്ക രാമനാമാചാര്യനും
മുഖ്യന്മാരായ ഗുരുഭൂതന്മാർ മറ്റുള്ളോരും.
വേദശാസ്ത്രങ്ങൾക്കധികാരിയല്ലെന്നതോർത്തു
ചേതസിസർവം ക്ഷമിച്ചീടുവിൻ കൃപയാലേ."

എഴുത്തച്ഛനെ സംബന്ധിച്ച് കുറേ വിവരങ്ങൾ മനസ്സിലാക്കാൻ കഴിയുന്നത് ആത്മകഥാംശമുൾക്കൊള്ളുന്ന ഈ വന്ദനഗാനത്തിലൂടെയാണ്. അദ്ദേഹത്തിന്റെ പേര് ഇവിടെ സൂചിപ്പിക്കുന്നില്ല. ജ്യേഷ്ഠൻ പണ്ഡിതനാണ്. തന്റെ ഗുരുവാണ്. അദ്ദേഹത്തിന്റെ പേര് രാമൻ എന്നാണ്. അദ്ദേഹം അനേകം അന്തേവാസികളോടുകൂടി കഴിഞ്ഞയാളാണ്. വലിയ ശിഷ്യസമ്പത്തുള്ളൊരു ഗുരുഭൂതനയിരുന്നു രാമഗുരുവെന്നർത്ഥം. അതുകൊണ്ടാണ് രാമഗുരുവിന്റെ അനുജൻ എന്ന അർത്ഥത്തിൽ രാമാനുജൻ എന്ന് വിളിക്കുന്നത്. എഴുത്തുപഠിപ്പിച്ചിരുന്ന ഒരു വിഭാഗത്തിന്റെ പ്രതിനിധി എന്ന നിലയിൽ എഴുത്തച്ഛൻ എന്നും രാമാനുജൻ എഴുത്തച്ഛൻ എന്നു വിളിക്കുന്നു.

ശൂദ്രയോനിജനായതാൻ ബോധഹീനന്മാർക്കറിയാൻവേണ്ടി അവർക്കുമനസ്സിലാകുന്ന രൂപത്തിൽ വേദസമാനമായ രാമായണം പാടുന്നുവെന്നാണ് സവിനയം പറയുന്നത്. അതുകൊണ്ട് വേദാധികാരിയല്ലെങ്കിലും തന്റെ ഉദ്ദേശ്യശുദ്ധിയെക്കരുതി തന്നോട് ക്ഷമിക്കുവാൻ കൃപയുണ്ടാവണമെന്നും അദ്ദേഹം അഭ്യർത്ഥിക്കുന്നു. ബ്രാഹ്മണരുടെ ചരണാരുണാംബുജ ലീനപാംസു സഞ്ചയം തന്റെ മനോദർപ്പണത്തിന്റെ മാലിന്യമെല്ലാം തീർക്കാൻ പ്രത്യേകം വന്ദിക്കുന്നുമുണ്ട്. കാരണം ദൈവാധീനമാണ് ലോകം മുഴുവൻ. ആ ദൈവം വേദത്തിനധീനമാണ്. വേദമാകട്ടെ ഭൂദേവന്മാരായ ബ്രാഹ്മണരുടെ ശാപങ്ങൾക്കും വരങ്ങൾക്കും വിധേയമായിട്ടുള്ളതാണ്. വാല്മീകിയുടെ രാമായണം വേദസമാനമാണ്. അതിന്റെ രചനയാൽ വാല്മീകി ബ്രഹ്മാവിന്റെ പ്രത്യേകമായ ആദരവിന്പാത്രമായി. ആ മുനിശ്രേഷ്ഠന്റെ അനുഗ്രഹം തനിക്ക് എപ്പോഴും ഉണ്ടാവണം. അതിനുവേണ്ടി പ്രത്യേകം വന്ദിക്കുന്നു. എഴുത്തച്ഛന്റെ വർണ്ണനാപ്രധാനമായ വന്ദനം അവസാനിക്കുന്നത് ഇപ്രകാരമാണ്:

ധാത്രീഭാരത്തെ തീർപ്പാൻ ബ്രഹ്മാദിദേവഗണം
പ്രാർത്ഥിച്ച ഭക്തിപൂർവ്വം സ്തോത്രംചെയ്യതുമൂലം
ദുഗ്ദ്ധാബ്ധിമധ്യേഭോഗിസത്തമനായീടുന്ന
മെത്തമേൽ യോഗനിദ്രചെയ്തീടും നാരായണൻ
ധാത്രീമണ്ഡലം തന്നിൽ മാർത്താണ്ഡ കുലത്തിങ്കൽ
ധാത്രീന്ദ്രവീരൻ ദശരഥനുതനയനായ്
രാത്രിചാരികളായ രാവണാദികൾ നമ്മെ
മാർത്താണ്ഡാത്മജപുരം പ്രാപിച്ചൊരുശേഷം
ആദ്യമാം ബ്രഹ്മത്വം പ്രാപിച്ച വേദാന്തവാക്യ-
വേദ്യനാം സീതാപതിശ്രീപാദം വന്ദിക്കുന്നേൻ.

തുടർന്ന് അധ്യാത്മരാമായണകാരനെപ്പോലെ ഉമാമഹേശ്വരസം വാദത്തിലേക്കു കടക്കുകയാണ് എഴുത്തച്ഛൻ. കശ്യപൻ ദശരഥനായി രാജ്യത്തുണ്ട്. അദ്ദേഹത്തിന്റെ ഭാര്യ കൗസല്യയായി അദിതി.

മഹാവിഷ്ണു ഭൂമിയിൽ മനുഷ്യനായി ജനിച്ച് രാവണനെ വധിച്ചു ഭൂമിയ്ക്ക് ഭാരം കുറയ്ക്കാൻ തീരുമാനിച്ചു. കശ്യപൻ അയോധ്യയിൽ ദശരഥനായും അദിതി കൗസല്യയായും അവതാരപിതാക്കളായി ഭൂമിയിൽ എത്തിക്കഴിഞ്ഞു. ഇനി അവതാരം സംഭവിക്കണം. അതിന് കുലഗുരുവും പുരോഹിതനുമായ വസിഷ്ഠന്റെ നിർദ്ദേശമനുസരിച്ച് പുത്രകാമേഷ്ടിയാഗം നടത്താൻ തീരുമാനിക്കുന്നു. പ്രാപഞ്ചികനായ വാല്മീകിയുടെ രാമനെ അധ്യാത്മരാമനാക്കാൻവേണ്ടിയാണ് വായനക്കാരെ ആശയക്കുഴപ്പത്തിലാക്കുന്ന ഈ പുത്രകാമേഷ്ടി. ഭഗവാൻ വിഷ്ണു മനുഷ്യരൂപത്തിൽ അവതരിക്കുവാൻ തീരുമാനിച്ചുകഴിഞ്ഞാൽ പിന്നെയെന്തിനാണൊരു പുത്രകാമേഷ്ടി.!

ഏതായാലും പുത്രകേമേഷ്ടി സരയൂതീരത്തുവച്ചുനടത്താൻ ദിവ്യദൃഷ്ടിയുള്ള വസിഷ്ഠൻ ദശരഥനു നിർദ്ദേശം നൽകി.

“ശാന്താ ഭർത്താരമാനീയ
ഋഷ്യശൃംഗം തപോധനം.”
(അ.രാ. ബാല - 3:5)

(ശാന്തയുടെ ഭർത്താവും തപോനിധിയുമായ ഋഷ്യശൃംഗനെ കൊണ്ടുവന്നിട്ട്) വസിഷ്ഠനോടൊപ്പം ഇഷ്ടി അനുഷ്ഠിക്കണമെന്നാണ് നിർദ്ദേശം. നിർദ്ദേശം പാലിച്ചാൽ ബലശാലികളായ നാലു പുത്രന്മാർ ഉണ്ടാകുമെന്നും വസിഷ്ഠൻ പറഞ്ഞു. “ശാന്താ ഭർത്താരമാനയ”യെന്ന് അധ്യാത്മരാമായണകാരൻ എടുത്തുപറഞ്ഞിരിക്കുന്നു. ശാന്ത ദശരഥന്റേയും കൗസല്യയുടേയും പ്രഥമ ഔരസസന്താനമായിരുന്നു. കൗസല്യാദശരഥന്മാരുടെ ദാമ്പത്യവല്ലരിയുടെ പ്രഥമസന്താനഫലം. അവൾ സതീർത്ഥ്യസ്നേഹത്തിന്റെ പേരിലായാലും പരിത്യജിക്കപ്പെട്ടു. അതിനുള്ള പ്രായശ്ചിത്താനന്തരം വേണം മഹാവിഷ്ണുവിന്റെ ഏഴാമതവതാരമെന്ന് അധ്യാത്മരാമായണകാരന്ന് നിർബ്ബന്ധമുണ്ടായിരുന്നുവെന്നുവേണം കണക്കാക്കാൻ.

കിളിപ്പാട്ടനുസരിച്ച് സീതാരാമന്മാരുടെ വിവാഹം നടക്കുന്നത് അവരുടെ ബാല്യത്തിലാണ്. അതിമനോഹരമായി എഴുത്തച്ഛൻ നടത്തിയ വിവാഹവർണ്ണന ഏറെ പ്രശംസിക്കപ്പെട്ടിട്ടുള്ളതുമാണ്.

ഇടിവെട്ടീടുംവണ്ണം വിൽമുറിഞ്ഞൊച്ചകേട്ടു
നടുങ്ങീരാജാക്കന്മാരുരഗങ്ങളെപ്പോലെ

മൈഥിലി മയിൽപ്പേടപോലെ സന്തോഷംപൂണ്ടാൾ
കൗതുകമുണ്ടായ്വന്നു ചേതസികൗശികനും
മൈഥിലിതന്നെ പരിചാരികമാരും നിജ-
മാതാക്കന്മാരും കൂടി നന്നായി ചമയിച്ചാർ
സ്വർണവർണത്തെപ്പൂണ്ട മൈഥിലി മനോഹരി
സ്വർണ ഭൂഷണങ്ങളുമണിഞ്ഞു ശോഭയോടെ
സ്വർണ മാലയുംധരിച്ചാദരാൽ മന്ദംമന്ദ-
മർണ്ണോജനേത്രൻ മുമ്പിൽ സത്രപം വിനീതയായ്
വന്നുടൻ നേത്രോല്പലമാലയുമിട്ടാൾ മുന്നേ
പിന്നാലെ വരണാർത്ഥമാലയുമിട്ടീടിനാൾ
മാലയുംധരിച്ചു നീലോൽപലകാന്തിതേടും
ബാലകൻ ശ്രീരാമനു മേറ്റവും വിളങ്ങിനാൻ

ഇടിവെട്ടുന്നതുപോലെയുള്ള ഘോരമായ ശബ്ദത്തോടെ വില്ലൊടിഞ്ഞു. രാജാക്കന്മാർ ഉരഗങ്ങളെപ്പോലെ നടുങ്ങി. മൈഥിലിയാകട്ടെ മയിൽപേടപോലെ സന്തോഷിച്ചു. സ്വർണവർണത്തെപൂണ്ട് മനോഹരിയായ മൈഥിലി സ്വർണമാലയും ധരിച്ച് ആദരവോടുകൂടി മന്ദംമന്ദം അർണോജനേത്രന്റെ മുമ്പിൽവന്നുനിന്നു; സത്രപം വിനീതയായി. ആദ്യം നേത്രോല്പലമാലയിട്ടു. പിന്നെ വരണാർത്ഥമാലയുമിട്ടു. നവോഢയായ സീതയെ എത്ര മനോഹരമായി എഴുത്തച്ഛൻ വർണിച്ചുഫലിപ്പിച്ചിരിക്കുന്നു. ഇനി വരനിലേയ്ക്ക് കടക്കാം. മാലയും ധരിച്ചു നീലോല്പലകാന്തി തേടുന്ന ശ്രീരാമൻ ബാലകനാണ്.

വധൂവരന്മാരുടെ വർണനയിൽ ഇത്തരത്തിലൊരുവൈരുധ്യം എഴുത്തച്ഛനിൽനിന്നുണ്ടാവാൻ കാരണം മൂലഗ്രന്ഥം തന്നെയാണ്. അതിൽ വന്നിരിക്കുന്നത് ഇപ്രകാരമാണ്.

സീതാ സ്വർണമയീം മാലാം
ഗൃഹീത്വാ ദക്ഷിണേകരേ
സ്മിതവക്ത്രാ സ്വർണവർണാ
സർവാഭരണഭൂഷിതാ
മുക്താഹാരൈഃ കർണപത്രൈഃ
ക്വണചരണ നൂപുരാ
ദുകൂല പരിസംവീതാ
വസ്ത്രാന്തർ വ്യഞ്ജിതസ്തനീ
(അ.രാ. ബാല - 6: 29: 30)

പുഞ്ചിരിക്കുന്ന മുഖവും സ്വർണ നിറവുമുള്ള സീത പട്ടുവസ്ത്രങ്ങളുടുത്ത് മുത്തുമാല, കർണാഭരണം, കിലുങ്ങുന്ന നൂപുരം തുടങ്ങിയ എല്ലാവിധ

ആഭരണങ്ങളുമണിഞ്ഞ് സർവാഭരണവിഭൂഷിതയായി പട്ടുവസ്ത്രത്താൽ ആവൃതമായ സ്തനങ്ങളോടുകൂടി വലതുകയ്യിൽ സ്വർണമയമായ മാലയുമായി വന്നു.)

മൂലഗ്രന്ഥത്തെ അപ്പടി അനുസരിക്കുന്ന പ്രകൃതക്കാരനാണ് എഴുത്തച്ഛൻ എന്ന് പറയാൻ കഴിയില്ല. അഹല്യാമോക്ഷം കഴിഞ്ഞ് മിഥിലയിലേക്ക് പോകുമ്പോൾ ഗംഗയെകടക്കുന്നുണ്ട്. വഞ്ചിയിൽ കയറാൻ രാമനെ വഞ്ചിക്കാരൻ അനുവദിക്കുന്നില്ല. കാരണം രാമന്റെ പാദങ്ങളിൽ 'മാനുഷീകരണചൂർണം' ഉണ്ട്. ആ പാദപാംസു വഞ്ചിയിൽ പറ്റിയാൽ വഞ്ചി സുന്ദരിയായ യുവതിയായിമാറും. അതോടെ തോണിക്കാരന്റെ കുടുംബം തകരുമെന്നാണ് അയാളുടെ ഭയം. അതുകൊണ്ട് രാമന്റെ കാല് കഴുകിച്ചതിന്ശേഷമേ തോണിക്കാരൻ രാമനെ തോണിയിൽ കയറുവാൻ അനുവദിച്ചുള്ളൂ. ഇവിടെ ഭക്തിയല്ല പരിഹാസമാണെന്ന് കണ്ടിട്ടാവണം ആ ഭാഗം എഴുത്തച്ഛൻ ഉപേക്ഷിച്ചുകളഞ്ഞു. അത്തരത്തിൽ ഒരു ത്യാജ്യഗ്രാഹ്യ വിവേചനം കാണിച്ച എഴുത്തച്ഛന് സീതാരാമന്മാരുടെ വിവാഹം വർണിക്കുമ്പോൾ എന്തേ ഇത്തരത്തിൽ ഒരു പിശകുസംഭവിച്ചുവെന്നത് ചിന്തനീയമാണ്. രാമലക്ഷ്മണന്മാർ രാജകുമാരന്മാരാണ്. വിശ്രുതനായ ദശരഥന്റെ മക്കളാണ്. അദ്ദേഹത്തോടാലോചിക്കാതെ, വില്ലൊടിഞ്ഞയുടനെ സീതയെക്കൊണ്ട് രാമന്റെ കഴുത്തിൽ വരണമാല്യം ചാർത്തിച്ചതിലുമില്ലേ ഒരനൗചിത്യം? വിവാഹം കഴിഞ്ഞതിനുശേഷം വരന്റെ മാതാപിതാക്കളെ വിവരമറിയിക്കുക !

ഉത്തമനായ നരന്റെ കഥയെ മഹാവിഷ്ണുവിന്റെ അവതാരപുരുഷന്റെ കഥയാക്കിമാറ്റി എഴുതുകയാണ് അധ്യാത്മരാമായണകാരൻ ചെയ്തത്. അതിന് അദ്ദേഹം ചില പൊടിക്കൈകൾ പ്രയോഗിച്ചു അത്രമാത്രം. അതാകട്ടെ കാവ്യസൗന്ദര്യത്തിൽ ചിലവൈരൂപ്യങ്ങളുണ്ടാക്കി.

സീതാസ്വയംവരംകഴിഞ്ഞ് പരശുരാമനെ നിസ്തേജനാക്കി സീതാരാമന്മാരും ഭരതലക്ഷ്മണശത്രുഘ്നന്മാരും അയോധ്യയിൽ തിരിച്ചെത്തി എല്ലാവരും സന്തോഷത്തോടെ കഴിയുമ്പാൾ ഒരു ദിവസം നാരദൻ രാമനെസമീപിച്ചു. സീതാരാമന്മാർ മഹർഷിയെ ദണ്ഡനമസ്കാരംചെയ്ത് സ്വീകരിച്ചു. പരസ്പരം രാമനും നാരദനും കുശലം പറഞ്ഞു. നാരദനോട് താൻ എന്തുകാര്യമാണ് ചെയ്യേണ്ടതെന്ന് തിരക്കി. രാമന്റെ അവതാരോദ്ദേശ്യം നാരദൻ രാമനെ ഓർമിപ്പിച്ചു. തനിക്ക് അറിയാൻവയ്യാത്തതായി യാതൊന്നുമില്ലെന്നും മുമ്പുചെയ്ത പ്രതിജ്ഞയെല്ലാം പാലിക്കുകതന്നെ ചെയ്യുമെന്നും രാമൻ നാരദന് ഉറപ്പുനൽകി. ആയതിനായി നാളെത്തന്നെ ദണ്ഡകാരണ്യത്തിലേക്ക് പോകുമെന്നും മുനിവേഷപൂണ്ട്

പതിനാലുകൊല്ലംവസിക്കുകയും സീതയെഹേതുവാക്കി രാവണനെ സകുലംവധിക്കുമെന്നും നാരദന്റെ മുമ്പിൽ പ്രതിജ്ഞചെയ്തു. അത് എഴുത്തച്ഛൻ വർണ്ണിക്കുന്നതിങ്ങനെ:

നാളെ വനത്തിന് പോകുന്നതുണ്ടുഞാൻ
നാളീകലോചനൻ പാദങ്ങൾ തന്നാണെ
പിന്നെച്ചതുർദ്ദശ സംവത്സരം വനം
തന്നിൽ മുനീവേഷമോടു വാണീടുവൻ
എന്നാൽ നിശാചരവംശവും രാവണൻ
തന്നെയും കൊന്നുമുടിക്കുന്നതുണ്ടല്ലോ
സീതയെ കാരണഭൂതയാക്കിക്കൊണ്ടു
യാതുധാനാന്വയ നാശം വരുത്തുവൻ
സത്യമിതെന്നരുൾ ചെയ്തു രഘുപതി.

നാരദൻ അയോധ്യയിൽ വന്നപ്പോൾ രാമൻ ദണ്ഡനമസ്കാരം ചെയ്തെങ്കിൽ ദൗത്യം നിർവഹിച്ച് തിരിച്ചുപോകുമ്പോൾ നാരദനാണ് മൂന്ന് വലംവെച്ച് ദണ്ഡനമസ്കാരം ചെയ്യുന്നത്. അതിനർത്ഥം ഈറ്റില്ലത്തിൽവച്ച് കൗസല്യമാതാവിനുമുമ്പിൽ തൽസ്വരൂപം പ്രത്യക്ഷപ്പെടുത്തിയ മഹാവിഷ്ണു വീണ്ടും എത്തി സന്നദ്ധനായിരിക്കുന്നുവെന്നാണ്. രാവണനിഗ്രഹത്തിന് ഇനിയും പതിനാലു സംവത്സരം വേണമെന്ന് മഹാവിഷ്ണു ചിന്തിച്ചുറപ്പിക്കുവാൻ കാരണമെന്താണ്? വാല്മീകിരാമായണത്തെ അധ്യാത്മരാമായണമാക്കി അവതരിപ്പിക്കുമ്പോൾ കഥാഘടനയിൽ മാറ്റംവരുത്താൻ സാധിക്കുകയില്ലല്ലോ. അതുതന്നെകാരണം.

സർഗശക്തിയുള്ള കവിക്കുമാത്രമേ ഇത്തരത്തിലുള്ള പ്രതിസന്ധിയെ മുറിച്ചുകടക്കാൻ കഴിയൂ. ആധ്യാത്മികജ്ഞാനവും സർഗശക്തിയും രണ്ടാണ്. അധ്യാത്മരാമായണകാരൻ കണ്ടുവെച്ചമാർഗം ദേവന്മാരുടെ ഒരു ഗൂഢാലോചനയാണ്. ദേവന്മാർ സരസ്വതിയെ സമീപിച്ചു. പിറ്റേദിവസം അയോദ്ധ്യയിൽ നടത്താൻ നിശ്ചയിച്ചിട്ടുള്ള രാമന്റെ യൗവരാജ്യാഭിഷേകം മുടക്കാൻ ഭൂലോകത്തേക്ക് ചെല്ലാൻ പ്രേരിപ്പിച്ചു. മന്ഥരയിലും കൈകേയിയിലും ആവേശിക്കാൻ നിർദ്ദേശിച്ചു. അതനുസരിച്ച് സരസ്വതി മന്ഥരയിലും കൈകേയിയിലും ആവേശിച്ചു.

സരസ്വതിയുടെ ആവേശംകൊണ്ട് മന്ഥര കൈകേയിയെ പ്രലോഭിപ്പിച്ചു. ഭരതൻ രാജാവായാലുള്ള സൗഭാഗ്യങ്ങൾ ബോധ്യപ്പെടുത്തി. ഭരതൻ യുവരാജാവായതിനുശേഷം രാമൻ അയോധ്യയിൽ തുടർന്നാലുള്ള ദോഷവും ബോധ്യപ്പെടുത്തി. അതിനുപരിഹാരം രാമൻ പതിനാലുവർഷം ദണ്ഡകാരണ്യത്തിൽ പോകുന്നതാണെന്ന് അർത്ഥശങ്കക്കിടയില്ലാത്തവിധം ധരിപ്പിച്ചു. കാമമോഹിതനും വയോവൃദ്ധനുമായ

മഹാരാജാവിൽനിന്നും അതു നേടിയെടുക്കുന്നതിനും വിഷമമുണ്ടായില്ല.

രാമനെ കാട്ടിലയയ്ക്കുന്നതിനും ഭരതനെ യുവരാജാവാക്കുന്നതിനും അവതാരലക്ഷ്യം ഇതിഹാസകഥയ്ക്കനുസരിച്ച് സാക്ഷാൽക്കരിക്കുന്നതിനുംവേണ്ടി ദേവന്മാരെക്കൊണ്ട് അധ്യാത്മരാമായണകാരൻ നടത്തിച്ച ഗൂഢാലോചന ഭാരതസംസ്കാരത്തിൽ ചെലുത്തിയിട്ടുള്ള സ്വാധീനം വളരെ വലുതാണ്. സപ്തവ്യസനങ്ങളിലൊന്ന് ബാധിച്ച മഹാരാജാവിനെയും കൈകേയിയെയും മന്ഥരയെയും കുറ്റവിമുക്തരാക്കാൻ കഴിഞ്ഞെങ്കിലും ഭാരതസംസ്കാരത്തെ അതു മലീമസമാക്കുകതന്നെചെയ്തു. അതിന്റെ അനുരണനങ്ങൾ രാഷ്ട്രീയത്തിൽ ഇന്നും കാണാം. വിദ്യയുടെ അധിദേവതയായ സരസ്വതിയെക്കൊണ്ടാണ് അത് ചെയ്യിച്ചതെന്നത് ഇന്ന് ചിന്തിക്കുമ്പോൾ സംഭവത്തിന്റെ ഗൗരവം വർദ്ധിക്കുന്നു.

സരസ്വത്യാവേശിതയായ കൈകേയി പറഞ്ഞുബോധ്യപ്പെടുത്തുന്ന കഥ വാല്മീകിരാമായണത്തിൽ നിന്നും വ്യത്യസ്തമാണ്. പണ്ട് ദേവന്മാരും അസുരന്മാരും തമ്മിൽ യുദ്ധമുണ്ടായി. ഇന്ദ്രൻ മഹാരഥനും വില്ലാളിവീരനുമായ ദശരഥന്റെ സഹായംതേടി. അദ്ദേഹം സേനാസമേതനായി യുദ്ധത്തിന് പിറപ്പെടുമ്പോൾ കൈകേയിയേയും കൂടെകൂട്ടി. യുദ്ധംതുടർന്നുകൊണ്ടിരിക്കെ രഥചക്രത്തിന്റെ കീലം തകർന്നുവീണുപോയി. തേരിലുണ്ടായിരുന്ന കൈകേയിയിതു ശ്രദ്ധിച്ചു. ഭർത്താവിന്റെ ജീവരക്ഷയിലുള്ള താൽപര്യത്താൽ മികച്ചധൈര്യത്തോടെ അച്ചിന്റെ ദ്വാരത്തിൽ കൈകടത്തി കൈകേയി യുദ്ധംതീരുവോളം നിലകൊണ്ടു.

ഇത് യുദ്ധത്തിൽ വിജയിച്ച ദശരഥന്റെ ശ്രദ്ധയിൽപെട്ടതോടെ അദ്ദേഹം ആശ്ചര്യപ്പെട്ട് പ്രേമപൂർവ്വം കൈകേയിയെ പുണർന്നു. ആവേശത്തോടെ അദ്ദേഹം പറഞ്ഞു. താൻ വരദനാണ്. രണ്ടുവരം വരിച്ചുകൊള്ളുക. കൈകേയി പതികരിച്ചതിങ്ങനെയായിരുന്നു. വരം നൽകുന്നെങ്കിൽ അതുരണ്ടും തന്റെ നിക്ഷേപമെന്നിലയിൽ മഹാരാജാവിൽതന്നെ നിന്നുകൊള്ളട്ടെ. തനിക്ക് അവസരമുണ്ടാകുമ്പോൾ അത് നൽകിയാൽമതി.

ആ രണ്ടുവരങ്ങളാണ് സരസ്വത്യാവേശിതയായ കൈകേയി അഭിഷേകത്തലേന്ന് ആവശ്യപ്പെട്ടത്. കോപാലയത്തിൽ പ്രവേശിച്ച് ആഭരണങ്ങൾ വെടിഞ്ഞ് മലിനവസ്ത്രമണിഞ്ഞ് നിലത്ത് കിടന്നു വിലപിക്കുന്ന കൈകേകിയെ കണ്ടപ്പോൾ കാമമോഹിതനായ മഹാരാജാവിന് സഹിക്കാനായില്ല. അദ്ദേഹം പറഞ്ഞു:

"ജാനാസിത്വം മമസ്വാന്തം
പ്രിയം മാം സ്വവശേസ്ഥിതം

തഥാപിമാം ഖേദയസേ
വൃഥാ തവ പരിശ്രമഃ"
(അ.രാ. - അയോധ്യാ - 3:11)

(നിനക്കെന്റെ മനസ്സ് അറിയാമല്ലോ. ഞാൻ പ്രിയനും നിനക്ക് വശഗനുമാണ്. എന്നിട്ടും നീ എന്നെ ദുഃഖിപ്പിക്കുന്നു. ഇതിന്റെ ആവശ്യം ഇല്ല) അതുകൊണ്ട് എന്തിനുവേണ്ടിയാണ് ഇങ്ങനെ ആചരിക്കുന്നത്. വേണ്ടിവന്നാൽ തന്റെ ജീവൻപോലും നൽകാൻ തയ്യാറാകുന്ന ദശരഥൻ തുടർന്ന് പ്രതികരിക്കുന്നതിങ്ങനെ:

"മമപ്രാണാത് പ്രിയതരോ
രാമോ രാജീവലോചനഃ
തസ്യോപരി ശപേ ബ്രൂഹി
ത്വദ്ധിതം തത് കരോമ്യഹം."
(അ.രാ. - അയോധ്യാ - 3:14)

(രാജീവനേത്രനായ രാമൻ എനിക്ക് ജിവനേക്കാൾ പ്രിയപ്പെട്ട വനാണ്. അവന്റെപേരിൽ ഞാൻ ശപഥം ചെയ്യുന്നു. നിന്റെ ഹിതം എന്താണോ അത് ഞാൻ ചെയ്യാം)

"മൽപ്രാണനേക്കാൾ പ്രിയതമനാകുന്ന-
തിപ്പോളെനിക്കുമത് പുത്രനാം രാഘവൻ
അങ്ങനെയുള്ള രാമൻ മമ നന്ദനൻ
മംഗലശീലനാം ശ്രീരാമനാണെ ഞാൻ
അംഗനാ രത്നമേ! ചെയ്‌വൻ തവഹിത-
മിങ്ങനെ ഖേദിപ്പിയായ്ക മാം വല്ലഭേ!"
(കിളിപ്പാട്ട് - അയോധ്യ - അഭിഷേകവിഘ്നം)

എന്നിങ്ങനെയാണ് ആ ഭാഗം എഴുത്തച്ഛൻ തർജ്ജമചെയ്യുന്നത്.

രഥചക്രത്തിന്റെ അക്ഷകീലം തകർന്നുവീണുപോയ കഥ അധ്യാത്മരാമായണകാരന്റെ സൃഷ്ടിയാണ്. വാല്മീകിരാമായണത്തിൽ യുദ്ധക്കളത്തിൽ വച്ചുരാജാവിന്റെ ജീവൻ രക്ഷിച്ച കഥയാണ്. അധ്യാത്മരാമായണകാരൻ പറഞ്ഞതിനെ അതേപടി എഴുത്തച്ഛൻ പകർത്തിയെന്നേയുള്ളൂ. യുദ്ധക്കളത്തിൽവച്ച് അന്ന്നൽകിയതായി പറയുന്നതു വരമല്ല. ഒരു വാഗ്ദാനമാണ്. അതിനെ സന്നിദ്ധാവസ്ഥ യിൽ കൈകേയി പ്രതിജ്ഞയാക്കിമാറ്റി. ദേവന്മാരും അസുരന്മാരും തമ്മിൽനടന്ന ഘോരയുദ്ധത്തിൽവച്ചാണ് രഥത്തിന്റെ അച്ചാണി തകർന്ന് താഴെവീണതെന്നോർക്കണം. ഉടനെ കീലരന്ധ്രത്തിൽ ഹസ്തമോ ഹസ്തദണ്ഡോ കടത്തണമെങ്കിൽ കൈകേയി തേരിനകത്തു ണ്ടാവണം. രാജ്ഞിയെ തേരിലിരുത്തി യുദ്ധംചെയ്യുന്ന ഒരു മഹാരഥനെ

നമുക്ക് സങ്കൽപ്പിക്കാൻ കഴിയുമോ? അധ്യത്മരാമായണകാരന് പറ്റിയ ഒരു അബദ്ധം എഴുത്തച്ഛൻ അതുപോലെതന്നെ പകർത്തിയിട്ടുണ്ട് രാമായണം കിളിപ്പാട്ടിൽ.

ഇത്തരത്തിലൊരബദ്ധം രാമൻ സീതയോട് യാത്രചോദിക്കുവാൻ ചെല്ലുന്നസമയത്ത് സീതയെക്കൊണ്ട് അധ്യാത്മരാമായണകാരൻ പറയിക്കുന്നുണ്ട്. എഴുത്തച്ഛൻ അതുപോലെതന്നെ അത് പകർത്തുന്നുമുണ്ട്:

"സീതാം വിനാ വനം രാമോ
ഗതഃ കിം കത്ര ചിദ്വദ്
അതസ്ത്വയാ ഗമിഷ്യാമി
സർവഥാ ത്വത്സഹായിനീ.
(അ.രാ. അയോധ്യാ - 4: 78)

(ഏതെങ്കിലും (രാമായണത്തിൽ) രാമൻ സീതയെക്കൂടാതെ വനത്തിൽ പോയിട്ടുണ്ടോ? അതുകൊണ്ട് അങ്ങേയ്ക്ക് എല്ലാവിധത്തിലും സഹായിനിയായി ഞാൻ അങ്ങയോടൊപ്പം വരും). അത് എഴുത്തച്ഛൻ പകർത്തിയിരിക്കുന്നത് നോക്കുക:

രാമായണങ്ങൾ പലവും കവിവര-
രാമോദമോടു പറഞ്ഞുകേൾപ്പുണ്ടു ഞാൻ;
ജാനകിയോടു കൂടാതെ രഘുവരൻ
കാനനവാസത്തിനെന്നു പോയിട്ടുള്ളു?
(കിളിപ്പാട്ട് - അയോധ്യാ-ലക്ഷ്മണോപദേശം)

അയോധ്യാധിപതിയായ ദശരഥന്റെ മകൻ രാമൻ. മിഥിലയിലെ രാജാവായ ജനകരാജാവിന്റെ പുത്രി സീത. രാമായണങ്ങൾ പലതുണ്ടായിരിക്കാം. നായികാനായകന്മാർക്ക് മാറ്റമില്ല. ഈ പ്രാഥമികമായ ജ്ഞാനം അധ്യാത്മരാമായണകാരനുണ്ടായില്ല. എഴുത്തച്ഛനും കാണിച്ചില്ല, ഇവിടെ ഔചിത്യം.

രാമൻ അനുജനോടും സീതയോടുമപ്പം പിതാവിന്റെ കൊട്ടാരത്തിലേക്ക് കടന്നുചെന്ന് യാത്രചോദിക്കുന്ന സന്ദർഭം.''അമ്മേ, ഞങ്ങൾ മൂവരും അവിടത്തെ അഭിമതപ്രകാരം വനത്തിൽപോകാനുറച്ചുവന്നിരിക്കുകയാണ്. അച്ഛൻ വേഗം ഞങ്ങൾക്ക് ആജ്ഞനൽകട്ടെ.'' ഇത്രയും പറഞ്ഞപ്പോഴേക്കും കൈകേയി പെട്ടെണീറ്റ് തന്നത്താൻ രാമനും ലക്ഷ്മണനും പിന്നെ സീതയ്ക്കും വെവ്വേറെ മരവുരിനൽകി. അപ്പോഴക്കും വസിഷ്ഠൻ അവിടെയെത്തി. അദ്ദേഹം ത്രികാലജ്ഞാനിയാണ്. കൗസല്യാദശരഥന്മാർ കശ്യപനും അഥിതിയുമാണെന്നും

രാമൻ മഹാവിഷ്ണുവിന്റെ അവതാരമാണെന്നും ലക്ഷ്മണനും, ഭരതനും, ശത്രുഘ്നനും പായസാംശബന്ധിതരാണെന്നും അവതാരലക്ഷ്യം നിർവഹിക്കാനാണ് ഇവരുടെ വനയാത്രയെന്നും വസിഷ്ഠനറിയാം. കൈകേയി കുറ്റക്കാരിയല്ലെന്നും ദേവന്മാർ കൂട്ടായാലോചിച്ചെടുത്ത തീരുമാനത്തിന്റെ ഫലമായി സരസ്വതി ആവേശിച്ചിട്ടാണ് ഇപ്രകാരം ചെയ്യുന്നതെന്നും അറിയാത്തയാളല്ല അദ്ദേഹം. എന്നിട്ടും ബ്രഹ്മർ ഷിയായ വസിഷ്ഠൻ കൈകേയിയുടെ നേരെ കയർത്തു. ദുർവൃത്തേ! ദുഷ്ടേ! എന്നീവാക്കുകൾ രാജപത്നിയായ കൈകേയിയുടെ നേരെ പ്രയോഗിച്ചു. വാല്മീകിരാമായണത്തിലെ കൈകേയി ദുർവൃത്തയാണ്. ദുരാചാരയാണ്. ദുഷ്ടയാണ്. ഇവിടെ അങ്ങനെയല്ലല്ലോ. കൈകേയി മാതാവ്സ്നേഹമയിയാണ്. പ്രത്യേകിച്ച് രാമനോട്. എഴുത്തച്ഛന്റെ വസിഷ്ഠൻ കുറേക്കൂടി കഠിനമായാണ് കൈകേയിയെ ഭർത്സിക്കുന്നത്:

ദുഷ്ടേ! നിശാചരീ! ദുർവൃത്തമാനസേ!
കഷ്ടമോർത്തോളം കഠോരശീലേ! ഖലേ!
രാമൻ വനത്തിന്നു പോകേണമെന്നല്ലോ
താമസശീലേ! വരത്തെവരിച്ചു നീ
ജാനകീദേവിയ്ക്കു വൽക്കലം നല്കുവാൻ
മാനസേ തോന്നിയതെന്തോരുകാരണം?

രാവണനെ വധിക്കുന്നതിന്റെ ഭാഗമായി നാളെത്തന്നെ ദണ്ഡകാരണ്യത്തിലേക്ക് പോവുകയാണെന്ന് നാരദനോട് പറഞ്ഞ രാമൻ, ദണ്ഡകാരണ്യത്തിലേക്ക് പോകുവാൻ കൈകേയിയോട് സമ്മതം പറഞ്ഞശേഷം കൗസല്യാമാതാവിനോട് പറയുന്നത്നോക്കുക:

"കൈകേയീ വരദാനേന
സത്യസന്ധഃ പിതാ മമ
ഭരതായ ദദൗരാജ്യം
മാമപ്യരണ്യമുത്തമം."
(അ.രാ. അയോധ്യാ - 4: 5)

(കൈകേയിയമ്മയ്ക്ക് നൽകിയ വരദാനത്താൽ സത്യസന്ധനായ എന്റെ അച്ഛൻ ഭരതന് രാജ്യം കൊടുത്തു. എനിക്ക് ഉത്തമമായ വനവാസവും തന്നു.) പ്രാപഞ്ചികനായ ഒരു രാജകുമാരന്റെ അസഹ്യമായ മനോവേദന പെറ്റമ്മയുടെ മുമ്പിൽ അണപൊട്ടി ഒഴുകുകയാണ്. തന്റെ മകൻ പ്രായപൂർത്തിയാകുന്നതോടെ എല്ലാ ദുഃഖങ്ങളും അവസാനിക്കുമെന്നസ്വപ്നം ജീവിതത്തെനയിച്ച ഒരു മാതാവായിരുന്നുവല്ലോ കൗസല്യ. മകന് പതിനേഴ് വയസ്സ് തികയുന്ന കാലം കാത്തിരിക്കുകയായിരുന്ന അവർ. രാമനിൽനിന്നുകേട്ട വാർത്ത അവർക്കുതാങ്ങാൻ

കഴിഞ്ഞില്ല. ആ മാതാവ് മൂർച്ഛിച്ചുവീണു. കവിയുടെ ശക്തിയില്ലായ്മയാണ് ഇവിടെ സംദൃശ്യമാകുന്നത്.

എഴുത്തച്ഛൻ ആ സന്ദർഭം വളരെഭംഗിയായിത്തന്നെ കൈകാര്യ ചെയ്തു. ശ്രീരാമൻ പറയുന്നത് ഇങ്ങനെയാണ്:

"ഇപ്പോൾ ഭുജിപ്പാനവസരമില്ലമ്മേ
ക്ഷിപ്രമരണ്യവാസത്തിനു പോകണം
മുല്പാട് കേകയാപുത്രിയാമമ്മയ്ക്കു
മൽപിതാ രണ്ടുവരം കൊടുത്തീടിനാൻ
ഒന്നു ഭരതനെ വാഴിക്കയെന്നതു-
മെന്നെ വനത്തിന്നയയ്ക്കെന്നു മറ്റേതും
തത്ര പതിന്നാലു സംവത്സരം വസി-
ച്ചത്രവന്നീടുവൻ പിന്നെ ഞാൻ വൈകാതെ"
(കിളിപ്പാട്ട് -അയോധ്യാ- വിഛിന്നാഭിഷേകം)

വാല്മീകിരാമായണത്തിന്റെ ഒരു സം ഗ്രഹമാണ് അധ്യാത്മരാമായണം. രാമൻ വനവാസത്തിന് പോയതുകൊണ്ടുള്ള ദുഃഖം മൂലമാണ് ദശരഥമഹാരാജാവിന് പെട്ടെന്നുള്ള മരണമുണ്ടായത്. പുത്രദുഖം മൂലമുള്ളമരണം. വാല്മീകിരാമായണത്തിൽ മുനി വൈശ്യനും ഭാര്യ ശൂദ്രയുമാണ്. അവരുടെ പുത്രനായ മുനി യാണ് മരിക്കുന്നത്. വാല്മീകി രാമായണം ശൂദ്രന്റെ തപസ്സിനെ അംഗീകരിക്കുന്നില്ല. അധ്യാത്മരാമായണകാരൻ മുനിയേയും മുനിപത്നിയേയും വൈശ്യരാക്കി. എഴുത്തച്ഛൻ ഒരുപടികൂടികടന്ന് അമ്പേറ്റമുനിയെ വൈശ്യമുനികുമാരനാക്കി.

ഭരതൻ കേകയരാജ്യത്തുനിന്ന് വന്നതിനുശേഷം എണ്ണത്തോണിയിൽനിന്ന് ജഡമെടുത്ത് സംസ്കരിക്കുന്നുണ്ട്. കുലഗുരുവും പുരോഹിതനുമായ വസിഷ്ഠന്റെ നിർദ്ദേശപ്രകാരം വേദവിഹിതമായ കർമത്തോടുകൂടിയാണ് സംസ്കരിച്ചത്. പതിനൊന്നാം ദിനം വേദപാരംഗതരായ ബ്രാഹ്മണരെ വിധിപ്രകാരം ഊട്ടി.

ഉദ്ദിശ്യ പിതരം തത്ര
ബ്രാഹ്മണേഭ്യോധനം ബഹു
ദദൗഗവാം സഹസ്രാണി
ഗ്രാമാൻ രത്നാംബരാണിച.
(അ.രാ. അയോധ്യാ - 7: 112)

(പിതാവിനെ ഉദ്ദേശിച്ച് ബ്രാഹ്മണർക്ക് ധാരാളം ധനം, ആയിരക്കണക്കിന് പശുക്കൾ, ഗ്രാമങ്ങൾ, രത്നങ്ങൾ, വസ്ത്രങ്ങൾ തുടങ്ങിയവയെല്ലാം ദാനം ചെയ്തു). എഴുത്തച്ഛൻ ആ ഭാഗം കൈകാര്യ ചെയ്യുന്നതിങ്ങനെയാണ്

ദത്വാ തിലോദകം ദ്വാദശവാസരേ
ഭക്ത്യാ കഴിച്ചിതു പിണ്ഡവുമാദരാൽ
വേദപരായണന്മാരാം ദ്വിജാവലി-
ക്കോദനഗോധനഗ്രാമരത്നാംബരം
ഭൂഷണലേപനതാംബൂലപൂപങ്ങൾ
ഘോഷേണദാനവും ചെയ്തുസസോദരം
വീണുനമസ്കരിച്ചാശീർവചനമാ
ദാനവും ചെയ്തു വിശുദ്ധനായ് മേവിനാൻ
(കിളിപ്പാട്ട് -അയോധ്യ-സംസ്കാര കർമം)

അധ്യാത്മരാമായണകാരൻ പതിനൊന്നാം ദിവസം ശ്രാദ്ധകർമങ്ങൾ പൂർത്തിയാക്കുമ്പോൾ എഴുതച്ഛൻ പന്ത്രണ്ടാം ദിനത്തിലാണത് ചെയ്യുന്നത്. മനുസ്മൃതിയിൽ പറയുന്നതെന്താണെന്ന് നോക്കാം

ശുദ്ധ്യേദ് വിപ്രോദശാഹേന
ദ്വാദശാഹേന ഭൂമിപഃ
വൈശ്യഃ പഞ്ചദശാഹേന
ശൂദ്രോമാ സേന ശുദ്ധ്യതി.
(മനുസ്മൃതി - 5:83)

(ബ്രാഹ്മണൻ പത്ത് ദിവസംകൊണ്ടും ക്ഷത്രിയൻ പന്ത്രണ്ട് ദിവസം കൊണ്ടും, വൈശ്യൻ പതിനഞ്ച് ദിവസംകൊണ്ടും, ശൂദ്രൻ ഒരുമാസം കൊണ്ടും ശുദ്ധനായിത്തീരുന്നു.)

ദശരഥമഹാരാജാവ് ക്ഷത്രിയനാണല്ലോ. മനുസ്മൃതിയനുസരിച്ച് ശാവാശൗചം പന്ത്രണ്ട് ദിവസമാണ്. എഴുത്തച്ഛൻ മനുസ്മൃതിയെ പ്രമാണമാക്കയിരിക്കുന്നു.

ഇതിഹാസത്തിലെ വാല്മീകി പ്രചേതസിന്റെ പത്താമത് പുത്രനായ ബ്രാഹ്മണനാണ്. അതിനൊരുമാറ്റം അധ്യാത്മകാരൻ വരുത്തി. ജന്മംകൊണ്ട് ദ്വിജനും കർമംകൊണ്ട് കിരാതനുമാക്കി. എന്നാൽ ഉത്തരകാണ്ഡത്തിലെത്തിയപ്പോൾ അക്കാര്യ അമ്പേ മറന്നുപോയി. വാല്മീകിരാമായണത്തിൽ ലയിച്ച് സ്വയംമറന്ന് അദ്ദേഹം വാല്മീകിയെക്കൊണ്ട് പറയിപ്പിക്കുകയാണ്:

"സുതൗതു തവ ദുർധർഷൗ
തഥ്യമേതദ് ബ്രവീമിതേ
പ്രചേതസോഹം ദശമഃ
പുത്രോ രഘുകുലോദ്വഹ"
(അ.രാ. ഉത്തര - 7: 31)

(അജയ്യരായ ഇവരിരുവരും അങ്ങയുടെ പുത്രന്മാരാണ്. ഞാൻ ഈ പറയുന്നത് തഥ്യ (സത്യ)മാണ്. രഘുകുല ശ്രേഷ്ഠാ ഞാൻ പ്രചേതസിന്റെ പത്താമത് മകനാണ്.)

"അനൃതം ന സ്മരാമ്യക്തം
തഥേമൗ തവപുത്രകൗ
ബഹൂൻ വർഷഗണാൻ സമ്യക്-
ത്തപശ്ചര്യാ മയാകൃതാ."
(അ.രാ. ഉത്തര - 7:32)

(ഞാൻ ഒരസത്യം പറഞ്ഞതായി എന്റെ ഓർമയിൽപോലും ഇല്ല. ഇവർ ഇരുവരും അങ്ങയുടെ മക്കൾതന്നെയാണ്. അനേകവർഷങ്ങൾ ശരിയായരീതിയിൽ തപസ്സുചെയ്തവനാണ് ഞാൻ.)

"നോവാശ്രിയാം ഫലം തസ്യാ
ദുഷ്ടേയം യദി മൈഥിലീ
വാല്മീകി നൈവമുക്തസ്തു
രാഘവഃ പ്രത്യഭാഷത."
(അ.രാ. ഉത്തര - 7:33)

(ഈ മൈഥിലി ദൂഷിതയെങ്കിൽ ആതപോഫലം ഞാൻ ഉപേക്ഷിക്കുകയാണ്. വാല്മീകി ഇപ്രകാരം പറഞ്ഞപ്പോൾ രാമൻ ഇപ്രകാരം പ്രതിവചിച്ചു.) മഹർഷേ, താങ്കൾ പറയുന്നതെല്ലാം സത്യംതന്നെ. അതിൽ എനിക്ക് പൂർണ്ണമായ വിശ്വാസവുമുണ്ട്. ലങ്കയിൽ ദേവൻമാരുടെ മുന്നിൽവച്ചും എനിക്ക് വിശ്വാസമുണ്ടായിരുന്നു. അതുകൊണ്ടാണ് ഞാൻ സ്വീകരിച്ചത്. നിർദ്ദോഷയെങ്കിലും ലോകാപവാദഭയംമൂലം ഈ പതിവ്രതയായ സീതയെ ഞാൻ പരിത്യജിച്ചു. അങ്ങുക്ഷമിക്കണം. എനിക്ക് പിറന്ന കുഞ്ഞുങ്ങൾ തന്നെയാണ് ഈ കുശലവന്മാർ. ലോകത്തിന്റെ മുമ്പിൽ ഇവർ വിശുദ്ധരാണ്. ഈ സീതയിൽ എനിക്ക് പ്രീതിയുണ്ടാകട്ടെ.

മഹാവിഷ്ണുവിന്റെ ഏഴാമത് അവതാരമായ രാമൻ കേവലം നിരക്ഷരനായ ബുദ്ധിഹീനനായ ഒരുവനെപ്പോലെ പെരുമാറുന്ന ഒരു രംഗം ഇതിനുമുമ്പേ സൃഷ്ടിച്ചുവച്ചിട്ടുണ്ടെന്നുകൂടി ഓർക്കണം. സീതയെ പരിത്യജിക്കുന്നതിനുമുമ്പ് രാമൻ സീതയോട് പറയുകയാണ്, "സീതേ, ഭവതിയെ സംബന്ധിക്കുന്ന ഒരു മിഥ്യാപവാദം കണക്കിലെടുത്ത് അപവാദഭീതനായ ഒരു സാധാരണക്കാരനെപ്പോലെ ഞാൻ ഭവതിയെ വെടിയും. വാല്മീകിയുടെ ആശ്രമാന്തികത്തിൽ ഭവതി രണ്ട് കുട്ടികൾക്ക് ജന്മം നൽകും.

ഇപ്പോൾ ഗർഭലക്ഷണം കാണാനുണ്ടല്ലോ. പ്രസവാനന്തരം എന്റെ സമീപമെത്തുക. ലോകരെ ബോധ്യപ്പെടുത്താൻ ആദരപൂർവ്വം ശപഥം ചെയ്ത് ഭൂമിയുടെ വിടവിലൂടെ ഭവതി വൈകുണ്ഠത്തിലേക്ക് പോവുക. പിന്നാലെ ഞാനും അവിടെ എത്തിക്കൊള്ളാം.

ഉത്തരകാണ്ഡത്തിൽ വാല്മീകിരാമായണത്തെ പിന്തുടരുന്ന എഴുത്തച്ഛൻ ഇത്തരത്തിലൊരവസ്ഥാന്തരത്തിൽ പെട്ടുപോയി.

ഒരു ആധ്യാത്മികഗ്രന്ഥമെന്നനിലയിൽ അധ്യാത്മരാമായണത്തെ വിലയിരുത്തുമ്പോൾ മേൽസൂചിപ്പിച്ച വിമർശനങ്ങൾക്കൊന്നും വലിയ പ്രസക്തിയില്ല. ഒരു സാഹിത്യഗ്രന്ഥമെന്നനിലയിൽ അതിനെ വിലയിരുത്തുന്നതിൽ ഒരർത്ഥവുമില്ല. എന്നാൽ വാല്മീകിരാമായണത്തെ ആധ്യാത്മികകാഴ്ചപ്പാടോടെ സ്വതന്ത്രമായി വിവർത്തനംചെയ്യപ്പെട്ട കൃതി എന്ന നിലയിലാണ് ഇവിടെ പരിശോധിച്ചത്. എഴുത്തച്ഛന്റെ അധ്യാത്മരാമായണം ആധ്യാത്മികഗ്രന്ഥമാണ്. അതോടൊപ്പം മലയാളത്തിലെ എണ്ണപ്പെട്ട ഒരു കാവ്യവുമാണ്.

എഴുത്തച്ഛൻ ഭാഷാപിതാവോ?

ചെറുശ്ശേരി എഴുത്തച്ഛൻ, കുഞ്ചൻ നമ്പ്യാർ എന്നീ കവികൾ പ്രാചീന കവിത്രയം എന്നപേരിലാണ് അറിയപ്പെടുന്നത്. ഇവർ സമകാലികരല്ല. ഇവർക്കിടയിൽ നൂറ്റാണ്ടുകളുടെ മതിൽക്കെട്ടുകളുണ്ട്. ഇതിൽ എഴുത്തച്ഛന് സവിശേഷമായ പരിഗണന മലയാളികൾ അംഗീകരിച്ചുകൊടുത്തിട്ടുണ്ട്. അത് ആധുനിക മലയാളഭാഷയുടെ പിതാവ് എന്നതാണ്.

ആധുനിക മലയാള കവിതയുടെ പിതാവായികണക്കാക്കപ്പെടുന്നത് എഴുത്തച്ഛനാണ്. ഹരിനാമകീർത്തനമെഴുതിയ അദ്ദേഹം മലയാളത്തിൽ അക്ഷരമാല ചിട്ടപ്പെടുത്തി. കിളിപ്പാട്ടിനെ ഒരു പ്രസ്ഥാനമാക്കി. അതിന്റെ ഉപജ്ഞാതാവായി അംഗീകാരം നേടി. ഇതിനെല്ലാമുപരി മലയാളികളെസംബന്ധിച്ചിടത്തോളം ആധ്യാത്മികാചാര്യനാണദ്ദേഹം. എഴുത്തച്ഛന്റെ തത്ത്വചിന്ത ഒരു പഠനവിഷയമാണല്ലോ. (അജ്ഞാതകവിയുടെ അധ്യാത്മരാമായണത്തിലില്ലാത്ത എന്തു തത്ത്വചിന്തയാണ് എഴുത്തച്ഛന്റെ അധ്യാത്മരാമായണത്തിലുള്ളതെന്ന് ഇനിയും ചർച്ചചെയ്യപ്പെടേണ്ടതാണ്.

ശ്രീരാമാവതാരത്തിന്റേയും ശ്രീകൃഷ്ണാവതാരത്തിന്റേയും കഥയാണ് എഴുത്തച്ഛന്റെ കിളിപ്പെണ്ണ് പാടിയത്. ശാരികപ്പെൺപൈതൽ പാടുമോ? പക്ഷിവർഗത്തിൽ ആൺപക്ഷിയാണ് പാടുക. പിന്നെ എന്തുകൊണ്ടാണ് പെൺകിളിയെക്കൊണ്ടദ്ദേഹം പാടിച്ചത്? പാടാത്തപൈങ്കിളിയുടെ പാട്ടാണോ കിളിപ്പാട്ട്.

ഭാരതമെന്ന സങ്കൽപം രൂപംകൊണ്ടിരുന്നില്ലെങ്കിൽപോലും ഉപഭൂഖണ്ഡത്തിലാകെ ഭക്തിയുടെ കാറ്റ് വീശിയടിച്ച കാലഘട്ടത്തിലാണ്

എഴുത്തച്ഛൻ കാവ്യരചനനടത്തിയത്. അജ്ഞാതകർത്തൃകവും അപ്ര സിദ്ധവുമായ അധ്യാത്മരാമായണമെന്ന സംസ്കൃതകാവ്യം അദ്ദേഹം മലയാളത്തിലേക്ക് വിവർത്തനം ചെയ്തു. അങ്ങു വടക്ക് തുളസീദാസ രാമായണത്തിന്റെ രചനയും ഈ കാലഘട്ടത്തിലായിരുന്നുവെന്നു വേണം മനസ്സിലാക്കാൻ. അക്കാലത്ത് പ്രായേണ അർവാചീനമെന്ന് കണക്കാക്കപ്പെടാവുന്ന അധ്യാത്മരാമായണത്തേയും പ്രാചീനമായ വാല്മീകിരാമായണത്തേയും യഥോചിതം സമന്വയിപ്പിച്ചുകൊണ്ടാണ് അദ്ദേഹം രചനസാധിച്ചിട്ടുള്ളത്. വാല്മീകിരാമായണത്തിൽ നിറഞ്ഞു നിൽക്കുന്ന ബ്രാഹ്മണമേധാവിത്വത്തെ അധ്യാത്മരാമായണകാരൻ തള്ളിക്കളയുമ്പോൾ എഴുത്തച്ഛൻ അതിന് തയ്യാറാവുന്നില്ലെന്നതും ഇവിടെ ഓർക്കേണ്ടതാണ്.

ശ്രീരാമസ്തുതിയോടെയാണ് എഴുത്തച്ഛന്റെ രാമായണം ആരംഭിക്കു ന്നത്. ഇതിഹാസത്തിലെ രാമൻ എഴുത്തച്ഛനു ശ്രീരാമനാണ്.

"ശ്രീരാമ! രാമ! രാമ! ശ്രീരാമചന്ദ്ര! ജയ
"ശ്രീരാമ! രാമ! രാമ! ശ്രീരാമചന്ദ്ര! ജയ."

തുടങ്ങി ഏഴ് ഈരടികളിലൂടെ മുപ്പത് പ്രാവശ്യം ആചാര്യൻ ശ്രീരാമ മന്ത്രം ജപിക്കുന്നുണ്ട്. മഹാവിഷ്ണുവിന്റെ അതാരമാണല്ലോ ശ്രീരാമൻ. അതുകൊണ്ടുകൂടിയാവണം നാലുപ്രാവശ്യം രാമായണമന്ത്രവും ജപി ച്ചിട്ടാണ് ശാരികപ്പൈതലിനെകഥാലാപനം നടത്താൻ ക്ഷണിക്കുന്നത്. അവിടേയും കാണാം ഈ ഭക്തിസാന്ദ്രത.

"ശ്രീരാമനാമം പാടിവന്ന പൈങ്കിളിപ്പെണ്ണേ!
ശ്രീരാമചരിതം നീ ചൊല്ലീടുമടിയാതെ.
ശാരികപ്പൈതൽ താനും വന്ദിച്ചു വന്ദ്യൻമാരെ
ശ്രീരാമസ്തുതികളോടെ പറഞ്ഞുതുടങ്ങിനാൾ."

ഭക്തിപാരവശ്യത്തോടെയുള്ള ശാരികയുടെ സ്തുതി നാല്പത്തിയഞ്ച് ഈരടികളിലായി നീണ്ട്പരന്നുകിടക്കുന്നു. ഗണപതിയിൽ തുടങ്ങി ഇഷ്ടദേവതകളെയെല്ലാം വന്ദിച്ചശേഷം, രാമായണകാവ്യം ചമച്ച വാല്മീകിയിലെത്തുന്നു. പിന്നെ സ്തുതിക്കുന്നത് ബ്രാഹ്മണരെയാണ്.

"കാരണഭൂതന്മാരാം ബ്രാഹ്മണരുടെ ചര-
ണാരുണാംബുജലീന പാംസുസഞ്ചയം മമ
ചേതോദർപ്പണത്തിന്റെ മാലിന്യമെല്ലാം തീർത്തു
ശോധനചെയ്തീടുവാ നാവോളം വന്ദിക്കുന്നേൻ
ആധാരം നാനാ ജഗന്മയനാം ഭഗവാനും
വേദമെന്നല്ലോ ഗുരുനാഥൻ താനരുൾചെയ്തു;
വേദത്തിന്നാധാരഭൂ തന്മാരിക്കാണായൊരു

ഭൂദേവപ്രവരന്മാർ തദ്വരശാപാദികൾ

...

പാദസേവകനായ ഭക്തനാം ദാസൻബ്രഹ്മ
പാദജനജ്ഞാനിനാ മാദ്യനായുള്ളോരുഞാൻ
വേദസമ്മിതമായ് മുമ്പുള്ള ശ്രീരാമായണം
ബോധഹീനന്മാർക്കറിയാംവണ്ണം ചൊല്ലീടുന്നേൻ

...

വേദശാസ്ത്രങ്ങൾക്കധികാരിയല്ലെന്നതോർത്തു
ചേതസി സർവ്വംക്ഷമി ച്ചീടുവിൻ കൃപയാലേ.....

രാവണാദികളെ കാലപുരിക്കയച്ച സീതാപതീശ്രീപാദം വന്ദിച്ചുകൊണ്ടാണതവസാനിക്കുന്നത്. എഴുത്തച്ഛന്റെ ബ്രാഹ്മണഭക്തി എടുത്തുകാണിക്കുന്നതിനുവേണ്ടിയാണ് ഇത്രയും ഭാഗം ഉദ്ധരിച്ചത്. ബ്രാഹ്മണരുടെ പാദമാകുന്നചെന്താമര, അതിൽ പറ്റിയിരിക്കുന്ന പൊടി, ആ പൊടി എന്റെ മനസ്സാകുന്നകണ്ണാടിയിലെ മാലിന്യമെല്ലാം ഇല്ലാതെയാക്കി സംശുദ്ധമാക്കാൻവേണ്ടി എന്നാൽ ആവുന്നത്ര ഭക്തിയോടെ ഞാൻ വന്ദിക്കുന്നു.

അധ്യാത്മരാമായണം ഭക്തിപുരസ്സരം പാരായണം ചെയ്യുന്ന ആകമാനമുള്ള മലയാളികളെക്കൊണ്ട് നൂറ്റാണ്ടുകളായി എഴുത്തച്ഛൻ ബ്രാഹ്മണപാദവന്ദനം ചെയ്യിച്ചുകൊണ്ടിരിക്കുകയാണ്. കർക്കടകമാസത്തെ രാമായണമാസമാക്കി ആചരിക്കുവാൻ കാണിക്കുന്ന ഔത്സുക്യത്തിനടിസ്ഥാനവും മറ്റൊന്നാവാനിടയില്ല.

എഴുത്തച്ഛൻ തുടർന്നുപറയുന്നതെന്താണ്? ഈരേഴ പതിനാലുലോകവും നിറഞ്ഞുനിൽക്കുന്നവനാണ് ജഗന്മയനായ ഈശ്വരൻ. അപ്രകാരമുള്ള ഈശ്വരന് ആധാരമായിട്ടുള്ളത് വേദമാണ്. അങ്ങനെയാണ് ഗുരുനാഥൻ പഠിപ്പിച്ചിട്ടുള്ളത്. മഹത്തായ ആ വേദങ്ങൾക്കും അടിസ്ഥാനമായിട്ടുള്ളത് ഇക്കാണായ ഭൂദേവന്മാരായ ബ്രാഹ്മണശ്രേഷ്ഠന്മാരാണ്; അവരുടെ നിഗ്രഹാനുഗ്രഹങ്ങളാണ്.

ഞാനാകട്ടെ ബ്രഹ്മാവിന്റെ പാദത്തിൽനിന്ന് ജനിച്ചവനും അജ്ഞാനികളിൽ അജ്ഞാനിയുമാണ്. ബ്രാഹ്മണരുടെ പാദസേവകനും ഭക്തദാസനുമാണ്. വേദത്തിന് തുല്യവും പ്രധാനവുമായ രാമായണം ബോധഹീനന്മാരായവർക്ക് ഗ്രഹിക്കുവാൻ കഴിയുന്നരൂപത്തിൽ ലളിതമായി ആലപിക്കുകയാണ്. വേദശാസ്ത്രാദികൾ കൈകാര്യംചെയ്യാൻ എനിക്ക് അധികാരമില്ല. അത് നന്നായി അറിയാം. ഞാൻ ചെയ്യുന്ന ഈ അപരാധത്തെ എന്നോട് കൃപതോന്നി ക്ഷമിച്ചീടേണമേ!

മനുസ്മൃതിയും ശാങ്കരസ്മൃതിയും ഗൗതമസ്മൃതിയുമെല്ലാം മനസ്സിൽ നിറഞ്ഞുകിടന്നതുകൊണ്ടാവണം എഴുത്തച്ഛൻ ഇത്തരത്തിൽ എഴുതിപ്പോയത്. അതിന്റെ നിഴൽ കേവലമായ ഭക്തിയിൽ പതിച്ചിരിക്കാം. തന്റെ മകനായ ശ്രീരാമൻ മഹാവിഷ്ണുവിന്റെ അവതാരമാണെന്ന് ഉത്തമബോധ്യമുള്ള കൗസല്യ , ശ്രീരാമന് യൗവരാജ്യാഭിഷേകം നിശ്ചയിക്കപ്പെട്ടതറിഞ്ഞപ്പോൾ ഹോമാദിപൂജകൾ ചെയ്യിക്കുന്നുണ്ട്.

"ധാർമികയാകിയ മാതാ സുസമ്മത
ബ്രാഹ്മണരെക്കൊണ്ടു ഹോമപൂജാദികൾ
പുത്രാഭ്യുദയത്തിനായ്ക്കൊണ്ടു ചെയ്യിച്ചു.
വിത്തമതീവ ദാനങ്ങൾ ചെയ്താദരാൽ...."

ബ്രാഹ്മണരെക്കൊണ്ട് ഹോമം പൂജതുടങ്ങിയവ ചെയ്യിച്ചിട്ടേ എഴുത്തച്ഛന് തൃപ്തിവരുന്നുള്ളൂ. വനത്തിൽവച്ച സപ്തർഷികളെ കണ്ട സംഭവം വാല്മീകി രാമനെ വർണിച്ചു കേൾപ്പിക്കുമ്പോഴും ബ്രാഹ്മണരിൽനിന്ന് തട്ടിപ്പറിച്ചതിലുള്ള മനോവ്യഥയാണ് പ്രകടമാക്കുന്നത്. ദശരഥന്റെ ചരമാനന്തര കർമങ്ങൾക്ക് നിർദ്ദേശം കൊടുക്കുന്ന വസിഷ്ഠൻ മൂലഗ്രന്ഥത്തെയല്ല മനുസ്മൃതിയെയാണ് അവലംബിക്കുന്നത്.

"ദത്വാ തിലോദകം ദ്വാദശവാസരേ
ഭക്ത്യാ കഴിച്ചിതു പിണ്ഡവുമാദരാൽ."
(അയോധ്യാ - സംസ്കാരകർമം)

മൂലഗ്രന്ഥത്തിൽ പതിനൊന്നാം ദിവസമാണെന്നോർക്കുക

രാവണ നിഗ്രഹവും സീതാപരിത്യാഗവുമെല്ലാം കഴിഞ്ഞ് ശ്രീരാമൻ അയോധ്യാഭരണം കെങ്കേമമായി നടത്തിക്കൊണ്ടിരിക്കുന്നകാലം. ഒരു ബ്രാഹ്മണബാലന് അകാരണമായമരണം സംഭവിച്ചു. ബ്രാഹ്മണൻ ബാലന്റെ മൃതശരീരവുമായി കൊട്ടാരവാതിൽക്കലെത്തി ശ്രീരാമന്റെ ഭരണത്തെ അപലപിച്ചുകൊണ്ട് വിലപിച്ചു. നാട്ടിൽ എവിടെയോ ശൂദ്രൻ തപസ്സുചെയ്യുന്നുണ്ട്. ശൂദ്രന് തപസ്സുചെയ്യാൻ അധികാരമില്ല. ബ്രാഹ്മണബാലന്റെ മരണകാരണം നാരദവസിഷ്ഠാദികൾ കണ്ടെത്തി. ഉടനെ ശ്രീരാമൻ തപസ്സുചെയ്യുന്ന ശൂദ്രനെത്തേടി വനത്തിലേക്ക് പുറപ്പെട്ടു.

വൃക്ഷത്തിൽ തലകീഴായിതൂങ്ങിക്കിടന്ന് തപസ്സുചെയ്യുന്ന ഒരുവൻ ശ്രീരാമന്റെ ശ്രദ്ധയിൽ പെട്ടു. അയാളെ സമീപിച്ച് വിവരം തിരക്കിയപ്പോൾ താൻ ശംബൂകൻ എന്ന് പേരുള്ള ഒരു ശൂദ്രനാണെന്ന് അയാൾ പറഞ്ഞു. സംവിദ്രൂപത്തെ ധ്യാനിച്ചാണിതുചെയ്യുന്നതെന്നും അയാൾ അറിയിച്ചു. ഉടനെ അവതാരപുരുഷനായ ശ്രീരാമൻ ഉടവാളെടുത്തു ആ ശൂദ്രന്റെ കഴുത്തുവെട്ടി. തല താഴെ വീണു. അപ്പോൾ ബ്രാഹ്മണബാലൻ

ഉറക്കത്തിൽനിന്നെന്നപോലെ ഉണർന്നതായി എഴുത്തച്ഛൻ വർണിക്കു ന്നു. അധ്യാത്മരാമായണകാരൻ രണ്ടേരണ്ട് ശ്ലോകങ്ങളിൽ ഒതുക്കിയ ഈ കഥ ശംബൂകൻ മോക്ഷപ്രാപ്തി എന്ന രീതിയിൽ വിശദമായിത്ത ന്നെ എഴുത്തച്ഛൻ വർണിക്കുന്നു.

ശബരിക്കു മോക്ഷം നൽകിയ ശ്രീരാമൻ ശംബൂകനെ വധിച്ചതെന്തു കൊണ്ടാണെന്ന ചോദ്യം എഴുത്തച്ഛന്റെ കിളിപ്പാട്ടിനുനേരെ ഉണ്ടാകുന്നു. അധ്യാത്മരാമായണകാരന് സംഭവിച്ച ഒരു പിഴവാണ് എഴുത്തച്ഛനെ വഴിതെറ്റിച്ചത്. വാല്മീകിരാമായണത്തിലെ ശബരി ഹീനജാതിയിൽ പെട്ട ഒരു സ്ത്രീയല്ല.

"പാദ്യമാചമനീയം ച
സർവംപ്രദാദ് യഥാവിധി
താമുവാച തതോ രാമഃ
ശ്രമണീം ധർമ സംസ്ഥിതാം."
(വാ. രാ. ആരണ്യ - 74: 7)

(യഥാവിധി പാദ്യം, ആചമനീയം തുടങ്ങിയ ഉപചാരങ്ങളെല്ലാം നൽകി. അനന്തരം ധർമസംസ്ഥിതയായ ശ്രമണിയോട് രാമൻ ചോദിച്ചു) ശബരി ഒരു ശ്രമണസ്ത്രീയാണ്. ബുദ്ധ-ജൈന സന്യാസി മാരെയാണ് ശ്രമണരെന്ന് വിളിക്കുന്നത്. ബ്രാഹ്മണമേധാവിത്വം ഭാരതത്തിൽ ആധിപത്യം ഉറപ്പിക്കുന്നതിനുമുമ്പ്വരെ ശ്രമണർക്കാ യിരുന്നു പ്രാധാന്യം. അവരുടെ പാലിഭാഷയും സംസ്കാരവും ബുദ്ധ ന്റെയും അശോകന്റെയുമൊക്കെ കാലഘട്ടത്തിൽ വിശ്രുതമായിരുന്നു. അവരുടെ പിന്മുറക്കാരിയെ അധ്യാത്മരാമായണകാരൻ അവതരിപ്പി ക്കുന്നതിങ്ങനെ:

"തവ സന്ദർശനം രാമ
ഗുരൂണാമപി മേ നഹി
യോഷിൻ മൂഢാ പ്രമേയാത്മൻ
ഹീനജാതി സമുത്ഭവാ."
(അ.രാ. ആരണ്യാ - 10: 17)

(രാമ, അവിടത്തെ സന്ദർശനം എന്റെ ഗുരുക്കന്മാർക്കുപോലും ലഭിച്ചിട്ടില്ല. അല്ലയോ അപ്രമേയാത്മാവേ ഹീനജാതിയിൽജനിച്ച ഒരു മൂഢവനിതയാണ് ഞാൻ.) ഇതാണ് എഴുത്തച്ഛനെ വഴിതെറ്റിച്ചത്.

"ജ്ഞാനമില്ലാതെ ഹീനജാതിയിലുള്ള മൂഢ
ഞാനിതിനൊട്ടുമധികാരിണിയല്ലയല്ലോ."
(കിളിപ്പാട്ട് - ആരണ്യ -ശബര്യാശ്രമപ്രവേശം)

ഒരു പക്ഷേ, ശബരിയെക്കുറിച്ചുള്ള എഴുത്തച്ഛന്റെ ധാരണയും അവർക്ക് ശ്രീരാമൻ വഴി ലഭിച്ചതായിപ്പറയുന്ന മോക്ഷവും അധ്യാത്മ രാമായണം വിവർത്തനം ചെയ്യുന്നതിന് അദ്ദേഹത്തിന് ആവേശവും ശക്തിയും നൽകിയിരിക്കാം.

വാരിധിതന്നിൽ തിരമാലകളെന്നപോലെ പദാവലികൾ തോന്നി വന്ന കവിയാണല്ലോ എഴുത്തച്ഛൻ.

"ഇടിവെട്ടീടുംവണ്ണം വിൽമുറിഞ്ഞൊച്ചകേട്ടു
നടുങ്ങീ രാജാക്കന്മാരുരഗങ്ങളെപ്പോലെ
മൈഥിലി മയിൽപ്പേടപോലെ സന്തോഷം പൂണ്ടാൾ
കൗതുകമുണ്ടായ് വന്നു ചേതസി കൗശികനും.

..

സ്വർണമാലയും ദരിച്ചാദരാൽ മന്ദംമന്ദ
മർണോജനേത്രൻ മുമ്പിൽ സത്രപം വിനീതയായ്
വന്നുടൻ നേത്രോല്പല മാലയുമിട്ടാൻ മുന്നേ
പിന്നാലെ വരണാർത്ഥമാലയുമിട്ടീടിനാൾ.
മാലയുംധരിച്ചു നീലോല്പലകാന്തിതേടും
ബാലകൻ ശ്രീരാമനുമേറ്റവും വിളങ്ങിനാൻ."
(കിളിപ്പാട്ട് - ബാല-സീതാസ്വയംവരം)

ഇവിടെ വരൻ ബാലകനായ ശ്രീരാമനാണ്. വധുവോ? മൈഥിലി മയിൽപ്പേടപോലെയാണ് സന്തോഷിച്ചത്, മയിൽപ്പേടയെന്നാൽ മയിലിന്റെ പെൺകുഞ്ഞെന്ന് ആരാനും ധരിക്കുമോ? പേടയെന്നാൽ സ്ത്രീയെന്നാണ് മലയാളിധരിക്കുക. പേടമാൻ, പേടമാൻമിഴി. ഇത്യാദിപ ക്ഷിമൃഗാദികളിലെ പൂർണവളർച്ചയെത്തിയ പെൺവിഭാഗത്തെയാണ് സൂചിപ്പിക്കുന്നത്.

സ്വർണമാലയും ധരിച്ച് ആദരവേട്ടുകൂടി മന്ദംമന്ദം നടനന്ന് ലജ്ജാ വിവശയായി നിന്ന് ആദ്യം നേത്രോല്പലമാലയിട്ടു. ഇവിടെ മനസ്സിൽ തെളിയുന്നരൂപം സുന്ദരിയായ ഒരു നവവധുവിന്റേതാണ്. ആ നവവധു വരണമാല്യം ചാർത്തിയത് ഒരു ബാലന്റെ കഴുത്തിലാണെന്നുവരു മ്പോൾ ഉണ്ടാകുന്ന അവസ്ഥ ഒന്നാലോചിച്ചുനോക്കൂ. വരന്റെ പ്രായ ത്തിന്റെ മൂന്നിലൊന്ന് പ്രായമാണ് വധുവിന് മനു വിധിച്ചിരിക്കുന്നത്. വാല്മീകിരാമായണത്തിൽ സീതാ-രാമന്മാരുടെ പ്രായവ്യത്യാസം ഏഴു വർഷമാണ്. ഏതായാലും 'ദുകൂല പരിസംവിതാ വസ്ത്രാന്തർ വ്യഞ്ജിത സ്തനീ' യെന്ന അധ്യാത്മരാമായണകാരനോളം പോയില്ല എഴുത്തച്ഛൻ എന്ന് സമാധാനിക്കാം.

രാമായണം ഇതിഹാസമാണ്. അതിലെ നായികാനായകന്മാരാണ് സീതാ-രാമന്മാർ. രാമായണങ്ങൾ അനവധിപേർ എഴുതിയിട്ടുണ്ടാകാം. അയോധ്യയിലെ രാമനും മിഥിലയിലെ സീതയയും വേറെയുണ്ടാവില്ല. ആരെഴുതിയാലും എഴുത്തച്ഛന്റെ സീത രാമനോട് ചോദിക്കുന്നത് കേൾക്കൂ:

"രാമായണങ്ങൾ പലവും കവിവര
രാമോദമോടു പറഞ്ഞുകേൾപ്പുണ്ടുഞാൻ;
ജാനകിയോടുകൂടാതെ രഘുവരൻ
കാനനവാസത്തിനെന്നു പോയിട്ടുള്ളൂ?"
(കിളിപ്പാട്ട് - അയോധ്യ - ലക്ഷ്മണോപദേശം.)

ഏത് സീതയുടെ കാര്യമാണാവോ എഴുത്തച്ഛൻ ഇവിടെ സീതയെക്കൊണ്ട് ചോദിപ്പിക്കുന്നത്? ആധുനിക മലയാളഭാഷയുടെ പിതാവിനെന്തുപറ്റി? മൂലഗ്രന്ഥത്തെ പിൻപറ്റിപ്പോയപ്പോൾ ഔചിത്യബോധം നഷ്ടമായോ?

ഔചിത്യത്തെക്കുറിച്ചു പറയുമ്പോൾ ഒരു കാര്യം സൂചിപ്പിക്കാതെ വയ്യ. ത്ര്യൈയമ്പകം ശ്രീരാമൻ കുലച്ചു. ഉടനെതന്നെ സീത രാമനെ വരിച്ചു. അതിനുശേഷമാണ് സാകേതത്തിലേയ്ക്ക് ആളെ അയയ്ക്കുന്നത്. ദിവസങ്ങൾക്കുശേഷമാണ് മഹാരാജാവും രാജ്ഞിമാരും പുരോഹിതരും ബന്ധപ്പെട്ട അഗ്നിയുമൊക്കെ എത്തുന്നത്. അതിനുശേഷമാണ് കുലമഹിമയും ചരിത്രവുമെല്ലാം കൈമാറുന്നത്. ഔപചാരികമായ വിവാഹം നടക്കുന്നത്. വധുവരനെ സ്വീകരിച്ചതിനുശേഷം പിതാവ് കന്യാദാനം നടത്തുന്നത് ത്രേതായുഗത്തിലെ ആചാരമാണെന്നാണോ എഴുത്തച്ഛൻ ധരിച്ചുവശായിരിക്കുന്നത്?

ഉത്തരരാമായണ (ഉത്തരകാണ്ഡം)ത്തിൽ അഗസ്ത്യൻ പറയുന്നത് നോക്കുക:

"എങ്കിലോ കേട്ടാലും നീ ഞാനിഹത്രേതായുഗേ
ശങ്കകൂടാതെ ചെന്നേൻ ദണ്ഡകവനം തന്നിൽ"
(കിളിപ്പാട്ട് - ശംബൂകവധം.)

പണ്ട് ത്രേതായുഗത്തിൽ താൻ ദണ്ഡകവനത്തിൽ ചെന്നു. അഗസ്ത്യൻ ഒരു കഥ പറഞ്ഞുതുടങ്ങുകയാണ്. ത്രേതായുഗത്തിലെ അവതാരപുരുഷനോടാണ് മുനി കഥപറയുന്നതെന്നോർക്കണം. മറ്റു ആരിൽനിന്നെല്ലാം തന്നെ ഉണ്ടായാലുംശരി മലയാളഭാഷയുടെ പിതാവാകാൻ കണ്ടെത്തിയ ഒരാളിൽനിന്ന് ഇത്തരം പ്രയോഗം പ്രതീക്ഷിക്കാമോ?

രാമനോടൊന്നിച്ച് വനവാസത്തിനുപോകാൻ തയ്യാറായി തന്റെ മാതാവിനോട് യാത്രചോദിക്കാൻ ചെന്ന ലക്ഷ്മണനോട് സുമിത്രാ മാതാവു പറയുന്നത് സുപ്രസിദ്ധമാണല്ലോ. വാല്മീകിയുടെതന്നെ ഭാഷയിൽ :

"രാമം ദശരഥം വിദ്ധി
മാം വിദ്ധി ജനകാത്മജാം
അയോദ്ധ്യാ മടവീം വിദ്ധി
ഗച്ഛതാത യഥാസുഖം."
(വാ. രാ. അയോധ്യം - 40: 9)

(രാമനെ ദശരഥനാണെന്ന് വിചാരിക്കുക. ജനകാത്മജയായ സീതയെ അമ്മയാണെന്നും വിചാരിക്കുക. വനം അയോധ്യയാണെന്ന് കരുതി കുഞ്ഞേ, പോയിവരുക) ഈ ഭാഗം എഴുത്തച്ഛൻ തർജമചെയ്തു ചേർക്കുന്നുണ്ട് തന്റെ കിളിപ്പാട്ടിൽ

"രാമനെ നിത്യം ദശരഥനെന്നുള്ളി-
ലാമോദമോടു നിരൂപിച്ചുകൊള്ളണം
എന്നെ ജനകാത്മജയെന്നുറച്ചുകൊൾ
പിന്നെ യയോധ്യയെന്നോർത്തീടടവിയെ."
(കിളിപ്പാട്ട് - അയോധ്യാ - ലക്ഷ്മണോപദേശം.)

സീതാരാമന്മാരോടൊപ്പം വനത്തിൽ കഴിയുന്ന ലക്ഷ്മണനു് തന്റെ മാതാവായ സുമിത്രയെ സീതയാണെന്നുകരുതി ധ്യാനിച്ചതുകൊണ്ട് ആർക്കെന്ത് പ്രയോജനമാണുണ്ടാവുക. രാമലക്ഷ്മണന്മാർ തുല്യപ്രായക്കാരാണ്. സുമിത്രയുടെ ഉപദേശത്തിൽ ഒരുപാട് അർത്ഥങ്ങൾ അടങ്ങിയിട്ടുണ്ട്. എഴുത്തച്ഛൻ ഇവിടെ എന്താണുദ്ദേശിച്ചത്? ആർക്കറിയാം

രാമൻ മഹാവിഷ്ണുവിന്റെ അവതാരമാണ്. രാമന്റെ അപദാനങ്ങൾ വാഴ്ത്തുന്നതിനിടയിലും ഇതിഹാസപ്രസക്തമല്ലാത്ത ഒരു ക്ഷേത്രപ്രതിഷ്ഠ നടത്താനും അദ്ദേഹം ഇടംകണ്ടെത്തുന്നു. മൂലഗ്രന്ഥത്തിൽ ഉള്ളതാണെങ്കിൽപോലും ക്ഷേത്രാചാരാനുഷ്ഠാനങ്ങൾ സാർവത്രികമായതിനു ശേഷമാണ് അധ്യാത്മരാമായണം എഴുതപ്പെട്ടതെന്ന ചരിത്രപരമായ യാഥാർത്ഥ്യത്തിലേക്ക് ഇത് വിരൽചൂണ്ടുന്നു.

ശൈവവൈഷ്ണവമതങ്ങളിൽ വൈഷ്ണവമതം ശൈവത്തിനുമേൽ നടത്തുന്ന ആധിപത്യത്തിന്റെ കഥകൂടിയാണ് രാമായണം. ശ്രീരാമന്റെ ബ്രഹ്മചര്യാശ്രമത്തിന് പൂർണതവരുത്തുന്നത് വിശ്വാമിത്രനാണ്. അതിനുശേഷം ശ്രീരാമൻ ചെയ്യുന്ന ആദ്യകർമം ശൈവചാപഖണ്ഡനമാണ്. അതിനുശേഷമാണ് വിവാഹം. ഗാർഹസ്ഥ്യത്തിലേക്ക്

പ്രവേശിച്ചശ്രീരാമന്റെ ആദ്യകർമവും ശൈവമതത്തിനെതിരായാണ്. പരമശിവന്റെ ഉത്തമശിഷ്യനെന്ന് വിളികൊണ്ട പരശുരാമനെ നിസ്തേജനാക്കി. തുടർന്ന് ശൈവന്മാർക്കുനേരെ നടന്ന ജൈത്രയാത്രയുടെ കഥയാണല്ലോ രാമായണം.

മഹാവിഷ്ണുവിന്റെ അവതാരമാണ് ശ്രീരാമൻ. ഒരു അവതാരം ത്രിമൂർത്തികളിൽ ഒന്നായ പരമശിവമൂർത്തിയെ പ്രതിഷ്ഠിക്കുകയെന്നതുതന്നെ അസ്വഭാവികം. അധ്യാത്മരാമായണകാരന് പിന്നാലേപോവുകയാണ് ഇവിടെ എഴുത്തച്ഛനും.

"വ്യോമകേശം പരമേശ്വരം ശങ്കരം
രാമേശ്വരമെന്ന നാമമരുൾ ചെയ്തു
ശോഭനമായ മുഹൂർത്തേന സംസ്ഥാപ്യ
പാപഹരായ ത്രിലോക ഹിതാർത്ഥമായ്
പൂജിച്ചവന്ദിച്ച ഭക്ത്യാനമസ്കൃത്യ
രാജീവലോചനനേവമരുൾ ചെയ്തു:-
"യാതൊരുമർത്ത്യനിവിടെവന്നാദരാൽ
സേതുബന്ധംകണ്ടു രാമേശ്വരനേയും
ഭക്ത്യഭജിക്കുന്നിതപ്പോളവൻ ബ്രഹ്മ-
ഹത്യാദിപാപങ്ങളോടുവേർപെട്ടതി-
ശുദ്ധനായ്വന്നുകൂടും മമാനുഗ്രഹാൽ;
മുക്തിയും വന്നീടുമില്ലൊരുസംശയം.
സേതുബന്ധനത്തിങ്കൽ മജ്ജനവുംചെയ്തു
ഭൂതേശനാകിയ രാമേശ്വരനെയും
കണ്ടുവണങ്ങിപ്പുറപ്പെട്ടു ശുദ്ധനായ്-
കണ്ടുതകൈവിട്ടു വാരണാസിപുക്കു
ഗംഗയിൽ സ്നാനവും ചെയ്തുജിതശ്രമം
ഗംഗാസലിലവും കൊണ്ടുവന്നാദരാൽ
രാമേശ്വരന്നഭിഷേകവും ചെയ്തഥ
ശ്രീമൽ സമുദ്രേ കളഞ്ഞുതൽഭാരവും
മജ്ജനം ചെയ്യുന്ന മർത്ത്യനെന്നോടു സാ-
യൂജ്യം വരുമതിനില്ലൊരു സംശയം."
(കിളിപ്പാട്ട് - യുദ്ധ - സേതുബന്ധനം.)

വ്യോമകേശനും പരമേശ്വരനുമായ ശങ്കരനെ രാമേശ്വരമെന്ന പേരിൽ ശ്രീരാമൻ ശോഭനമായ മുഹൂർത്തത്തിൽ പ്രതിഷ്ഠിച്ചു. സർവ പാപങ്ങളും പോക്കുന്നതിനും ത്രിലോകത്തും ഹിതം വരുന്നതിനും വേണ്ടി പൂജിച്ച് ഭക്തിപൂർവ്വം നമസ്കരിച്ച് ശ്രീരാമൻ പറഞ്ഞു: ഇവിടം സന്ദർശിച്ച് സേതുബന്ധനം കണ്ട് രാമേശ്വരനെ ഭജിച്ചാൽ

ബ്രഹ്മഹത്യാദിപാപങ്ങളെല്ലാം തീരും. മോക്ഷം ലഭിക്കും. സേതുബന്ധനത്തിൽ മുങ്ങിക്കുളിച്ച് ഭൂതനാഥനായ രാമേശ്വരനെ വന്ദിച്ച് വാരാണസിയിൽ പോയി ഗംഗാസ്നാനം ചെയ്യുക. അവിടെനിന്നുകൊണ്ടുവന്ന ഗംഗാജലംകൊണ്ട് രാമേശ്വരനെ അഭിഷേചിക്കുക. പാപഭാരങ്ങളെല്ലാം സമുദ്രത്തിലുപേക്ഷിച്ച് മുങ്ങിക്കുളിക്കുക. ആ ഭക്തൻ ശ്രീരാമനിൽ ലയിച്ചുചേരും.

ഇവിടെ അവതാരപുരുഷനെ എഴുത്തച്ഛൻ ക്ഷേത്രകർമിയാക്കി മാറ്റുകയാണ്. വാത്മീകിരാമായണത്തിൽ ഇത്തരമൊരു രംഗമില്ല. ശ്രീരാമൻ നാളതുവരെചെയ്ത പാപകർമങ്ങളെയും തുടർന്നുചെയ്യാൻ പോകുന്ന പാപകർമങ്ങളെയും കുറിച്ചു ചിന്തിച്ച് പശ്ചാത്താപപരവശനായി ചെയ്യുന്ന പ്രായശ്ചിത്തമാണോ ഈ രാമേശ്വരപ്രതിഷ്ഠയെന്ന് തോന്നിപ്പോവുകയില്ലേ? പാപാഹാരിയായ ഗംഗാജലം കൊണ്ടുവന്ന് രാമേശ്വരനെ അഭിഷേചിക്കണമെന്ന് പറയുന്നുണ്ട്. അപ്പോൾ പാപം എവിടെയാണെന്നചിന്ത പിന്നേയും വന്നുകൂടുന്നു. മുമ്പേഗമിച്ചഗോവിന്റെ പിമ്പേഗമിച്ചഗോവാണ് മലയാളഭാഷയുടെ പിതാവെന്ന് പറയാൻ കഴിയുമോ?

ശബരി വാല്മീകിരാമായണത്തിൽ രാമൻ സീതാന്വേഷണവ്യഗ്രനായി സഞ്ചരിക്കുന്നതിനിടയ്ക്ക് ശബരിയുടെ ആശ്രമത്തിലെത്തുന്നുണ്ട്. സ്ത്രീകൾക്ക് പൊതുവെ വിദ്യാഭ്യാസം വിലക്കപ്പെട്ടിരുന്ന അക്കാലത്ത് ശബരി വിദ്യാസമ്പന്നയായിരുന്നു. രാമൻതന്നെ അത് സാക്ഷ്യപ്പെടുത്തുന്നു. ഇന്ത്യയിൽ സംസ്കൃതഭാഷയും ബ്രാഹ്മണ്യവും ശക്തിയാർജ്ജിക്കുന്നതിനു മുമ്പും സംസ്കാരസമ്പന്നമായ ഒരു ഭാഷയും സംസ്കാരവും ഉണ്ടായിരുന്നു. തങ്ങളുടേത് സംസ്കൃതമെന്ന് സ്വയംവിശേഷിപ്പിച്ച ആര്യന്മാർ നിലവിലുണ്ടായിരുന്ന അന്യഭാഷകളെ പ്രാകൃതമെന്നും പൈശാചികമെന്നുമൊക്കെയാണ് വിശേഷിപ്പിച്ചിരുന്നത്. സംസ്കൃതത്തെ ദേവഭാഷയെന്ന് വിശേഷിപ്പിക്കുവാനും അവർ മറന്നില്ല.

ബുദ്ധ-ജൈന മതങ്ങളും അവരുടെ സംസ്കാരവും ഭാഷയും മുഖ്യമായും പാലിഭാഷയുമായി ബന്ധപ്പെട്ടായിരുന്നു. എന്നാൽ സംസ്കൃത ഭാഷയെ തഴയാൻ അവർ തയ്യാറായില്ല. ഇന്ന് വാല്മീകിയും വ്യാസനുമെന്നപോലെ അന്ന് വാഴ്ത്തപ്പെട്ടിരുന്ന ഗുണാഢ്യനും അതുപോലുള്ള കവികളും വൈദികസംസ്കാരത്തിന്റെ കടന്നാക്രാമണത്തിൽ കീഴമർന്നുപോയി. കൃതികൾ എഴുതിസൂക്ഷിക്കുക സാധ്യമല്ലാതിരുന്ന അക്കാലത്ത് അതുകൊണ്ടുതന്നെ അവയുടെ എണ്ണവും വിരളമായിരുന്നു. ബോധപൂർവ്വമുള്ള നശിപ്പിക്കൽ പ്രക്രിയയെ അത്

എളുപ്പമാക്കിത്തീർത്തു. കാളിദാസനോളം തലപ്പൊക്കം കല്പിച്ചുപോന്ന ഭാസന്റെ സ്വപ്നവാസവദത്തം ഉൾപ്പെടെയുള്ള കൃതികൾ അത്തരത്തിൽ അപ്രത്യക്ഷമായവയിൽ പെടുന്നു. അടുത്തകാലത്ത്, 1912-ലാണ് പിന്നീട് അവ കണ്ടെടുക്കപ്പെട്ടത്.

ബ്രാഹ്മണമതത്തിനും സംസ്കാരത്തിനും ബുദ്ധമതം വലിയ വെല്ലുവിളിയായിരുന്നു. വേദങ്ങളെ അവർ അംഗീകരിച്ചില്ല. "നാസ്തികോവേദ നിന്ദകഃ'' (മനുസ്മൃതി 2:11) വേദങ്ങളെ നിന്ദിക്കുന്നവനത്രേ നാസ്തികൻ. അതുകൊണ്ട് നാസ്തികർക്കൊപ്പം ബൗദ്ധരും നിന്ദ്യരെന്ന് വൈദികർ വിധിയെഴുതി. ബുദ്ധ-ജൈനമതവിശ്വാസികളായ സന്യാസിമാർ പൊതുവെ അറിയപ്പെട്ടത് ശ്രമണർ എന്നപേരിലാണ്.

ബ്രാഹ്മണർ ശ്രമണരെ നിന്ദ്യരെന്നധിക്ഷേപിച്ച് അവഗണിച്ചെങ്കിലും സംസ്കൃതഭാഷയ്ക്ക് അവരെ അവഗണിക്കുവാൻ സാധിക്കുകയില്ല. സംസ്കൃതഭാഷാ പഠിതാവിന്റെ പ്രഥമപാഠപുസ്തകമായി കണക്കാക്കി വരുന്നത് 'സിദ്ധരൂപം' ആണല്ലോ. വിദ്യാർഥി ആദ്യം ചൊല്ലിപ്പഠിക്കുന്നത് 'വൃക്ഷ'ശബ്ദമാണ്. ബോധിവൃക്ഷമായ വടവൃക്ഷം തന്നെയാണ് ഇവിടെ ഉദ്ദേശിക്കുന്നത്. പിന്നീട് പലരും 'രാമ'ശബ്ദം പ്രയോഗിക്കാൻ തുടങ്ങിയെങ്കിലും സിദ്ധരൂപത്തിൽ വൃക്ഷശബ്ദം തന്നെയാണുള്ളത്.

സംസ്കൃതഭാഷയുടെ പര്യായനിഘണ്ടുവാണ് 'അമരകോശം.' അതിന്റെ രചനയും ബുദ്ധമതവുമായി ബന്ധപ്പെട്ട് കിടക്കുന്നു. അത് തുടങ്ങുന്നത് ഇങ്ങനെയാണ്:

"യസ്യജ്ഞാന ദയാസിന്ധോ-
രഗാധസ്യാനഘാഃ ഗുണാഃ
സേവ്യതാ മക്ഷയോധീരാഃ
സശ്രീയേചാമൃതയായ ച.''

(അല്ലയോ ധീരന്മാരേ, സമസ്തമായ ജ്ഞാനവും ഗുണങ്ങളും സമുദ്രം പോലെ ആരിലാണോ നിറഞ്ഞുകവിയുന്നത്, ആശ്രയിക്കുന്നവരുടെ പാപങ്ങളെ അകറ്റുന്നത്, സർവൈശ്വര്യങ്ങൾക്കും മോക്ഷത്തിനുമായി അദ്ദേഹത്തെ സേവിച്ചുകൊള്ളുക.) ഇവിടെ ജ്ഞാനം, ദയ, സത്യം, ശൗചം, ക്ഷമാ, ത്യാഗം എന്നിത്യാദികളെ സൂചിപ്പിച്ചിരിക്കുന്നു. അമരകോശ കർത്താവായ അമരസിംഹൻ വിക്രമാദിത്യ സദസ്സിലെ നവരത്നങ്ങളിൽ ഒരാൾ ആയിരുന്നുവല്ലോ.

"ധന്വന്തരീ ക്ഷപണകാ മരസിംഹ ശങ്കു
വേതാളഭട്ട ഘടകർപ്പര കാളിദാസഃ
ഖ്യാതോ വരാഹമിഹിരോ നൃപതേസഭായാം
രത്നാനിവൈർ വരരുചിഃ നവവിക്രമസ്യ.''

(ധന്വന്തരി, ക്ഷപണകൻ, അമരസിംഹൻ, ശങ്കു, വേതാളഭട്ടൻ, ഘടകർപ്പരൻ, കാളിദാസൻ, വരാഹമിഹിരൻ, വരരുചി എന്നീ പ്രശസ്തർ വിക്രമാദിത്യരാജസദസ്സിലെ ഒമ്പത് രത്നങ്ങളാകുന്നു.)

ലഭ്യമായതിൽ പ്രാചീനവും ആധികാരികമായി കണക്കാക്കപ്പെട്ടിട്ടുള്ളതുമായ 'അഷ്ടാധ്യായി' അഥവാ'പാണിനീയം' സംസ്കൃതഭാഷയുടെ വ്യാകരണഗ്രന്ഥമാണ്. അത് ആരംഭിക്കുന്നത് 'വൃദ്ധിരാദൈച്' എന്ന സൂത്രത്തിലാണ്. 'വൃദ്ധി' എന്ന ശബ്ദത്തിൽ ഗ്രന്ഥം ആരംഭിക്കുവാൻ വേണ്ടിമാത്രമാണ് ആ സൂത്രം ഒന്നാമത്തേതാക്കി ചേർത്തത്. രണ്ടും മൂന്നും സൂത്രങ്ങൾ ഗുണസന്ധിയെക്കുറിച്ചാണ്. അതിനുശേഷം നാലാം സൂത്രത്തിലാണ് വൃദ്ധിസന്ധിയുടെ ബാക്കിഭാഗം പറയുന്നത്. പാണിനി എന്ന ശ്രമണമഹർഷി എഴുതിയതുകൊണ്ടാണ് അതിന് പാണിനീയം എന്ന് പേരുണ്ടായത്. 3959 സൂത്രങ്ങൾ കൊണ്ടാണ് പാണിനീയം പൂർണമാകുന്നത്. ഇതിന്റെ ആദ്യത്തെ സൂത്രത്തിലും ബുദ്ധസ്മൃതിയാണ് സംദൃശ്യമാകുന്നത്.

ഭാരതസംസ്കാരത്തിനും സംസ്കൃതഭാഷയ്ക്കും മാത്രമല്ല ലോകസംസ്കാരത്തിനുതന്നെ മഹത്തായ സംഭാവനകൾ നൽകിയ ശ്രമണ പാരമ്പര്യത്തെ നിഷേധാത്മകമായാണ് ബ്രാഹ്മണമതം സമീപിച്ചത്. വാല്മീകിയുടെ രാമൻ 'ലോകായത'നായ ജാബാലിയെ ഭർത്സിക്കുന്ന കൂട്ടത്തിൽ നാസ്തികരേയും ശ്രമണരേയുമെല്ലാം ഉൾപ്പെടുത്തിയിട്ടുണ്ട്.

വനവാസത്തിനൊരുങ്ങി വല്ക്കലം ധരിച്ചുനിൽക്കുന്ന സീത തന്റെ ശ്രദ്ധയിൽപെട്ടപ്പോൾ ജനകമഹാരാജാവ് പ്രതികരിക്കുന്നത് നോക്കുക:

"ഇയംഹികസ്യാപി കരോതി കിഞ്ചിത്
തപസ്വിനീ രാജവരസ്യ പുത്രീ
യാ ചീരമാസാദ്യ ജനസ്യമധ്യേ
സ്ഥിതാ വിസംജ്ഞാ ശ്രമണീവകാചിത്."
(വാ.രാ. അയോധ്യാ - 38: 5)

(രാജശ്രേഷ്ഠന്റെ മകളും അറിവുള്ളവളും തപസ്വിനിയുമായ സീത ജനമധ്യത്തിൽ മരവുരിയുടുത്തുംകൊണ്ട് ഒരു 'ശ്രമണി' യെപ്പോലെ നിൽക്കത്തക്കവണ്ണം എന്ത് തെറ്റാണ് ചെയ്തത്?)

വാല്മീകി രാമായണത്തിലെ ശബരിശ്രമണസ്ത്രീയാണ്. വയോവൃദ്ധയാണ്. ജ്ഞാനവൃദ്ധയുമാണ്. പക്വമതിയായ അവർ രാമനെ യഥാവിധി സൽക്കരിക്കുന്നുണ്ട്. അധ്യാത്മ രാമായണത്തിന്റെ കാലമാകുമ്പോഴേക്കും സാംസ്കാരികചരിത്രം കീഴ്മേൽമറിഞ്ഞു. ശബരി രാമനോട് പറയുന്നത് ശ്രദ്ധിക്കുക:

"തവ സന്ദർശനം രാമ
ഗുരൂണാമപി മേ നഹി
യോഷിൻ മൂഢാപ്രമേയാത്മൻ
ഹീനജാതി സമുദ്ഭവാ."
(അ. രാ. അരണ്യ - 10:17)

(അവിടുത്തെ ദർശനം എന്റെ ഗുരുക്കന്മാർക്കുപോലും ലഭ്യമായിട്ടില്ല. ഹീനജാതിയിൽ പിറന്ന ഒരു മൂഢസ്ത്രീയാണ് ഞാൻ)

ഒരു കാലഘട്ടത്തിൽ ഭാരതവർഷത്തിന്റെ സാംസ്കാരിക ചരിത്രത്തിൽ ഉന്നതശ്രേണിയിൽ വിരാജിച്ചിരുന്ന ശ്രമണൻ കാലാന്തരത്തിൽ ബ്രാഹ്മണമതത്തിന്റെ അധീശത്വത്തിൽ താഴെതട്ടിലേക്ക് നിപതിച്ചകാഴ്ചയാണ് നാം കണ്ടത്.

എന്നാൽ മലയാളകവിത ബുദ്ധധർമത്തിന്റെ മഹത്വം ഉയർത്തിക്കാണിക്കുന്നതിൽ പുറകോട്ടുപോയിട്ടില്ല. നാലാപ്പാട്ട് നാരായണ മേനോന്റെ പൗരസ്ത്യദീപവും, കുമാരനാശാന്റെ ശ്രീബുദ്ധചരിതവും ചണ്ഡാലഭിക്ഷുകിയും, കരുണയും എണ്ണംപറഞ്ഞ കാവ്യങ്ങൾതന്നെയാണല്ലോ. ബ്രാഹ്മണമതം യുക്തിയെ വെല്ലുവിളിച്ച് ആചാരാനുഷ്ഠാനങ്ങളും വിശ്വാസങ്ങളും കൊണ്ട് കോട്ടകെട്ടി കാലത്തെ തടഞ്ഞു നിർത്താൻ ശ്രമിച്ചപ്പോൾ ബുദ്ധധർമം മൂല്യങ്ങളിലാണ് ശ്രദ്ധവെച്ചത്. അതുകൊണ്ട് പാദുകത്തിലോ ആടയിലോ തലക്കെട്ടിലോ പൂണൂലിലോ അമിതമായ ശ്രദ്ധപതിപ്പിച്ചില്ല. (ഒരു പക്ഷേ, അതുതന്നെയാവാം മഹായാനമെന്നും ഹീനയാനമെന്നുമൊക്കെ പിരിവുകളുണ്ടാവാൻ പിന്നീട് കാരണമായത്) എന്നാൽ ഭിക്ഷുമന്ദിരങ്ങളിൽ കർശനമായ നിയമങ്ങളും നിബന്ധനകളുമുണ്ടായിരുന്നുവെന്നു മറന്നുപോകരുത്. മഹാകവി കുമാരനാശാൻ ചണ്ഡാലഭിക്ഷുകിയിൽ വർണിക്കുന്നത് അതാണ് കാണിക്കുന്നത്:

"ഭിക്ഷുണീമന്ദിരം തന്നിൽ ബുദ്ധ-
ശിക്ഷിത വാണു മാതംഗി.
ഭൂഷണമൊക്കെ വെടിഞ്ഞു ബാല
തോഷിച്ചു കുന്തലരിഞ്ഞു.
ശേഷം 'ശ്രമണി'മാരേലും ശുദ്ധ-
വേഷം ശരിയായണിഞ്ഞു.

'കരുണ'യിലെ വാസവദത്തയുടെ വാക്കുകളിൽനിന്നും ഈ നിയമങ്ങളെക്കുറിച്ചും നിബന്ധനകളെക്കുറിച്ചുമുള്ള ധാരണലഭിക്കുന്നു.

"അഥവാ കഷ്ട! മീയുവാവശ്രമണഹതകന്റെ
കഥയില്ലായ്മകൾ കേട്ടു കുഴങ്ങുന്നുണ്ടാം."

വാസവദത്ത അവളുടെ അപ്പോഴത്തെ മനോനിലവച്ചാണ് വിലയിരുത്തുന്നതെന്നും ഓർക്കണം.

ശബരി ശ്രമണിയായിരുന്നു. ഗുരുഭക്തയായിരുന്നു. പണ്ഡിതയായിരുന്നു. അവരുടെ മഹത്വം മനസിലാക്കിയതുകൊണ്ടല്ല, സീതയെക്കുറിച്ച് എന്തെങ്കിലും വിവരം ലഭിക്കുമെന്നതുകൊണ്ട് മാത്രമാണ് രാമൻ ശബരിയെ സന്ദർശിക്കുവാൻ തയ്യാറായത്. ശബരിയാകട്ടെ അർഘ്യപാദ്യാദികൾ സമർപ്പിച്ച് ഉപചാരപൂർവം രാമനെ സ്വീകരിച്ചു. 'അനാചാരമണ്ഡലചരത്ര'രുടെ ലോകം ശബരിയെ 'ഹീനജാതി'യാക്കി.

ദൈവദശകം
ഒരു ദാർശനികകൃതി

ശ്രീനാരായണഗുരുവിന്റെ 'ദൈവദശകം' ലളിതവും മനോഹരവുമായ ഒരു പ്രാർത്ഥനാഗീതമാണ്. അതിലളിതം എന്നതുപോലെതന്നെ അതിഗഹനവുമാണത്. ആ നിലയിൽ പരിശോധിക്കുമ്പോൾ അതൊരു ദാർശനിക കൃതികൂടിയാണെന്ന് പറയാം. ഗുരുദർശനം മനസ്സിലാക്കാൻ ദൈവദശകം പഠിച്ചാൽമതിയെന്ന് പറയുന്നത് ആ അർഥത്തിലാണ്. ജാതിമതചിന്തകൾക്കെല്ലാം അതീതമാണ് ആ ദശകം. പ്രാർഥനയിൽനിന്ന് സ്തോത്രത്തിലൂടെ നിവേദനത്തിലേക്ക് എന്ന കാഴ്ചപ്പാടാണ് അതിൽ സ്വീകരിച്ചിരിക്കുന്നത്.

യാതനാപൂർണമായ ഇഹലോകത്തുനിന്നും സുഖസമ്പൂർണമായതെന്ന് വിശ്വസിക്കപ്പെടുന്ന പരലോകത്തിലെത്തിച്ചേരാനുള്ള ആഗ്രഹമാണല്ലോ പ്രാർഥനകളിൽ നിറഞ്ഞുനിൽക്കുന്നത്. ഇഹലോകജീവിതം പ്രത്യക്ഷവും അതുകൊണ്ട്തന്നെ വിശ്വാസ്യവുമാണ്. ഇതാണ് സാധാരണക്കാരുടെ കാഴ്ചപ്പാട്.

സ്ഥൂലത്തിൽനിന്ന് സൂക്ഷ്മത്തിലേക്കെന്ന കാഴ്ചപ്പാടാണ് ഋഷീശ്വരന്മാർ വച്ചുപുലർത്തിയിരുന്നത്. അന്തർമുഖത്വം ഭാരതീയ ദർശനങ്ങളുടെ മുഖമുദ്രയാണ്. ദൈവദശകം അതിൽനിന്നും വ്യത്യസ്തമാണ്. വ്യക്തിയല്ല സമൂഹമാണിവിടെ. സംസാഗരത്തെ തരണം ചെയ്യുക. അതിനുള്ള പ്രാപ്തിക്കുവേണ്ടി അർഥിക്കുന്നത് സാഗരത്തിൽ ഇറങ്ങാൻ ഒരുങ്ങുന്നവരാണ്. വിദ്യാർഥികളാണ്; കുട്ടികളാണ്.

“ദൈവമേ”എന്ന അഭിസംബോധനയോടെയാണ് ദൈവദശകം തുടങ്ങുന്നത്. പ്രാപഞ്ചിക ജീവിതം തുടങ്ങുന്ന ഞങ്ങളെ അങ്ങ് കൈവിടരുതേ. ഞങ്ങളെ കാത്തുകൊള്ളേണമേ. ജീവിതമാകുന്ന സാഗരത്തെ തരണംചെയ്യുന്നതിനുള്ള തോണിയുടെ നാവികനാണല്ലോ അങ്ങ്. ആ തോണിയാവട്ടെ ആവിവൻ തോണിയാണ്. നമുക്ക് പരിചിതമായിട്ടുള്ള പ്രാർഥനയിൽനിന്നും വ്യത്യസ്തമാണിത്.

“നരനായിങ്ങനെ ജനിച്ച ഭൂമിയിൽ
നരകവാരിധി നടുവിൽ ഞാൻ
നരകത്തീന്നെന്നെ കരകേറ്റീടേണം
തിരുവൈക്കം വാഴും ശിവശംഭോ....”

ഇത്തരത്തിലുള്ള പ്രാർഥനയാണ് നമുക്കറിയാവുന്നത്. ലൗകികജീവിതത്തെ യാതനാപൂർണമായ നരകജീവിതമായാണ് വിശേഷിപ്പിക്കാറ്. ലൗകികജീവിതത്തെ അംഗീകരിക്കുന്നുവെന്നതാണ് ദൈവദശകത്തിന്റെ പ്രത്യേകത.

‘ആവിവൻതോണി’ മനുഷ്യനിർമിതമാണ്. അത് പുഷ്പകവിമാനം പോലെ സങ്കൽപസൃഷ്ടിയല്ല. ആവിയന്ത്രംകൊണ്ട് പ്രവർത്തിക്കുന്ന കപ്പൽ. ഇന്നത്തെ കപ്പലിന്റെ മുൻഗാമിയാണ്. അത് മനുഷ്യൻ സ്വന്തം മേധാശക്തികൊണ്ട് കണ്ടുപിടിച്ചതാണ്. ശാസ്ത്രത്തിന്റെ സംഭാവനയാണ്.

“യുക്തിയേന്തി മനുഷ്യന്റെ
ബുദ്ധിശക്തി ഖനിച്ചതിൽ
ലഭിച്ചതല്ലാതില്ലൊന്നും
ലോകവിജ്ഞാന രാശിയിൽ.”

എന്ന് സഹോദരനയ്യപ്പൻ പറഞ്ഞതുപോലെ ശാസ്ത്രത്തിന്റെ സൃഷ്ടിയാണ്. അതിലെ നാവികൻ കപ്പിത്താൻ തന്നെയാണല്ലോ.

സാഗരത്തിനൊരു മറുകരയുണ്ടോ? ഉണ്ട്. അതാണ് ലക്ഷ്യസ്ഥാനം. ലക്ഷ്യബോധമുള്ള കപ്പിത്താനേ കാറ്റുംകോളുംകൊണ്ട് സമുദ്രം പ്രക്ഷുബ്ധമായാലും അവിടെ എത്തിക്കുവാൻ കഴിയൂ. അവനിലുള്ള വിശ്വാസമാണ് യാത്രക്കാരന് ആത്മധൈര്യം നൽകുന്നത്. മനുഷ്യന്റെ അപാരമായ കഴിവിലും അനന്തമായ സാധ്യതകളിലുമാണ് ദൈവദശകം വിശ്വാസമർപ്പിക്കുന്നത്. നിഷ്കാമകർമിയുടെ നിരുത്തരവാദിത്വമല്ല. കർമകുശലന്റെ ഉത്തരവാദിത്വമാണ് ഈ ശ്ലോകത്തിൽ നിറഞ്ഞുനിൽക്കുന്നത്. ആവിവൻതോണി നിർമിച്ചവരാണ് ഇവിടെ കുപ്പകയ്യുമായി നിൽക്കുന്നത്.കപ്പലിന്റേയും അതിലെ യാത്രക്കാരുടേയും

ഉത്തരവാദിത്വം കപ്പിത്താനാണ്. അവരുടെ ജീവന്റെ വില അറിയുന്നവനാണ് കപ്പിത്താൻ. ആ കപ്പിത്താൻ മനുഷ്യമസ്തിഷ്കത്തിലാണിരുന്നരുളുന്നതെന്ന സന്ദേശമാണ് ഈ പ്രാർഥനാഗാനത്തെ അന്തർദേശീയാംഗീകാരത്തിലേക്കുയർത്തിയത്. ദൈവദശകത്തിന്റെ അന്തർധാര അദ്വൈതമാണ്. അതിന്റെ പ്രത്യക്ഷരൂപമാണ് കണ്ണാടി പ്രതിഷ്ഠ.

പ്രാർഥനയിലെന്നും ദ്വന്ദ്വരൂപമാണ്. അദ്വൈതത്തിന്റെ അറിവിനാണ് പ്രസക്തി. 'തത് ത്വം അസി' എന്നുപദേശം. 'അഹം ബ്രഹ്മാസ്മി' എന്ന് ബോധ്യം. 'ജ്ഞാനം ബ്രഹ്മ:'എന്നു തിരിച്ചറിവ്.

നാട്ടിൽ ധാരാളം മനോഹരമായ പൂക്കളുണ്ട്. അതിനേക്കാൾ മനോഹാരിതയുള്ള ധാരാളം പൂക്കൾ വനത്തിലുമുണ്ട്. വനപുഷ്പങ്ങൾ പക്ഷേ, മനോഹരമല്ല. കാരണം അവയെ നാം കാണുന്നില്ല. അതായത് വനപുഷ്പങ്ങൾ മനോഹരമാകണമെങ്കിൽ നാം അവയെ കാണണം. അവ മനോഹരമാകുന്നത് നാം അവയെ കാണുന്നു എന്ന കാരണം ഉണ്ടാകുമ്പോഴാണ്. ഇവിടെ വനപുഷ്പങ്ങൾ കാര്യം, അവയെ കാണുന്നത് കാരണം. കാരണമുണ്ടെങ്കിലേ കാര്യം ഗണിക്കപ്പെടുന്നുള്ളൂ. കാര്യകാരണബന്ധം. ഈ പ്രപഞ്ചത്തിലുള്ള ഓരോന്നിനേയും കണ്ട്, തൊട്ട് എണ്ണുന്നു. അങ്ങനെ എണ്ണിയെണ്ണി സകലതും എണ്ണിക്കഴിഞ്ഞാൽ 'ചിത്തവൃത്തി നിരോധമായ'അവസ്ഥയിലെത്തും. പിന്നെ കാരണമില്ല. ആ അവസ്ഥയിൽ ഞങ്ങളുടെ മനസ്സ് സ്പന്ദമറ്റ് നിന്നിൽ ബ്രഹ്മത്തിൽ ലയിച്ചുചേരണം.

ദൈവദശകത്തിലെ ആദ്യത്തെ രണ്ട് പദ്യങ്ങൾ പ്രാർഥനയാണ്. ദ്വൈതത്തിൽനിന്നും അദ്വൈതത്തിലേക്ക്. കാരണമായ 'ദൃക്" ബ്രഹ്മമെന്ന സത്യത്തിൽ ലയിച്ചാൽ പിന്നെ വേറിട്ടൊരു കാര്യമില്ല. 'ബ്രഹ്മ സത്യം ജഗന്മിഥ്യ' എന്നാണല്ലോ പ്രമാണം.

അന്നവസ്ത്രാദികൾ പ്രാഥമികമായ ആവശ്യങ്ങളാണ്. അന്നം, വസ്ത്രം, വാസസ്ഥലം ഇവ മൂന്നുമാണ് പ്രധാനം. ആധുനികമനുഷ്യനെ സംബന്ധിച്ചിടത്തോളം അംഗീകരിക്കാൻ വിഷമമുണ്ടാവാം. എന്നാൽ പരിശോധിച്ചുപരിശോധിച്ചു പോയാൽ നമുക്കുബോധ്യമാകും. ഇത് മനുഷ്യന്റെ കാര്യം മാത്രമല്ല. ചരാചരാത്മകമായ വിശ്വത്തിലെ സമസ്ത ജീവികൾക്കും ബാധകമാണ്. ഇവിടെ തമ്പുരാൻ ആരാണ്. അത് പ്രകൃതിതന്നെയാണ്, ബ്രഹ്മം.

ഇവിടെ ഉള്ളൂരിന്റെ പ്രേമസംഗീതത്തിലെ വരികൾ ശ്രദ്ധേയമാകുന്നു:

"തന്നാൽ കരേറേണ്ടവരെത്രപേരോ

താഴത്തു പാഴ്ചേറിലമർന്നിരിക്കെ
താനൊറ്റയിൽ ബ്രഹ്മപദം കൊതിക്കും
തപോനിധിക്കെന്തൊരു ചാരിതാർത്ഥ്യം?"

വിശേഷബുദ്ധിയുള്ള ഒരു ജന്തുവാണ് മനുഷ്യൻ. ലോകം മുഴുവൻ അവനുവേണ്ടി മാത്രമുള്ളതാണെന്നാണ് അവന്റെ ധാരണ. സമഷ്ടിയിൽനിന്നും വ്യഷ്ടിയിലേക്കുള്ള പ്രയാണത്തിൽ അവൻ അവനിലേക്കുതന്നെ ഒതുങ്ങുന്നു. സ്ഥൂലത്തിൽനിന്നും സൂക്ഷ്മത്തിലേക്ക്.എന്നാൽ ദൈവദശകം സൂക്ഷ്മത്തിൽനിന്ന് സ്ഥൂലത്തിലേക്കാണ്.

"ഉദാരചരിതാനാംതു വസുധൈവകുടുംബകം'' വിശാലമായ മനസ്സ് അദ്വൈതികളുടെ പ്രത്യേകതയാണ്. ഭൗതികശാസ്ത്രത്തിനും ലൗകിക ജീവിതത്തിനും അതുനൽകിയിട്ടുള്ള സംഭാവനകൾ കുറച്ചൊന്നുമല്ല.

ആഴി, തിര, കാറ്റ്, ആഴം ഇതെല്ലാം സമുദ്രത്തിന്റെ പ്രത്യേകതകളാണ്. ആഴം ഉള്ളതുകൊണ്ടാണ് സമുദ്രം ആഴിയായത്. തിരയും, കാറ്റും അനുഭവങ്ങളാണ്. അതുപോലെയാണ് ഞങ്ങളും. മായയും, നിൻമഹിമയും നീയും. ഞങ്ങളും നീയും ഒന്നു തന്നെയാണല്ലോ. മായയും നിൻമഹിമയും അതിന്റെ സവിശേഷതകളാണ്. അയമാത്മാ ബ്രഹ്മഃ ഈ ആത്മാവ് ബ്രഹ്മമാണ്. അതിനെ സമുദ്രമെന്നോ, ഞങ്ങളെന്നോ സങ്കൽപിക്കാനാവുമല്ലോ.

എല്ലാം ബ്രഹ്മമാണെങ്കിൽ സൃഷ്ടി, സ്ഥിതി, സംഹാരങ്ങൾ തോന്നൽ മാത്രമാണെന്നറിയാൻ പ്രയാസമില്ല. മഴക്കാലത്ത് ആലിപ്പഴം വീഴുന്നത് പലരും കണ്ടുകാണും. മഴയത്തിറങ്ങി അവപെറുക്കി പോക്കറ്റിലിട്ടവരും കാണും. അൽപനേരംകൊണ്ട് ആലിപ്പഴം വെള്ളമായിമാറും. അതിന് സ്ഥിരതയില്ല. സൃഷ്ടിയും സ്രഷ്ടാവും സൃഷ്ടിക്കപ്പെട്ട ചരാചരങ്ങളും അതിനുള്ളസാമഗ്രികളും എല്ലാം ബ്രഹ്മംതന്നെയാണ്.

ലൗകികജീവിതത്തിൽ കർമബന്ധങ്ങൾ ഉണ്ടാകുന്നു. അതാകട്ടെ വെറുംതോന്നലാണ്. അച്ഛനും, അമ്മയും, മക്കളും എന്നെല്ലാമുള്ള സങ്കൽപം കേവലമായമായയാണ്. മക്കൾ ഉണ്ടാവുന്നതിനുള്ള മാർഗം മാത്രമാണ് മാതാപിതാക്കൾ. അനുസ്യൂതം ഈ പ്രക്രിയ തുടർന്നുകൊണ്ടിരിക്കുന്നു. ഈ ലോകത്ത് സത്യമെന്ന് തോന്നുന്ന, പരിണാമിയായ മായയും ആ മായയെ സൃഷ്ടിക്കുന്ന മായാവിയും അതുകണ്ട് വിനോദിക്കുന്ന മായാവിനോദനും ഒന്നുതന്നെയാണ്. ഈ മായ പ്രജ്ഞാനംകൊണ്ട് മായുമ്പോൾ യാഥാർത്ഥ്യം ബോധ്യമാവും.

"ഹിരണ്മയേന പാത്രേണ
സത്യസ്യാപിഹിതം മുഖം

തത്ത്വം പൂഷന്നപാവൃണു
സത്യധർമായ ദൃഷ്ടയേ."
(ഈശാവാസ്യം-15)

സ്വർണമയമായ പാത്രം കൊണ്ട് സത്യത്തിന്റെ മുഖം മൂടിവച്ചിരിക്കുന്നു. അതുകൊണ്ട് നോക്കുന്ന നമുക്ക് കാണുവാൻ കഴിയുന്നത് സ്വർണ മൂടിയുടെ തിളക്കം മാത്രമാണ്. അത് മാറ്റിയാലേ സത്യത്തിന്റെ മുഖം കാണാൻ കഴിയുകയുള്ളൂ.

'ബ്രഹ്മൈവ സത്യം.'ബ്രഹ്മം മാത്രമാണ് സത്യമായുള്ളത്. അതുതന്നെയാണ് ജ്ഞാനം. അതിന്റെ ഫലമാണ് ആനന്ദം. കാലത്രയവും സംസാരിക്കുന്ന വാക്കും ബ്രഹ്മമാണെന്നറിയണം. ഇഹലോകത്തുനിന്ന് നോക്കിയാലും പരബ്രഹ്മത്തെക്കുറിച്ച് ചിന്തിച്ചാലും ബ്രഹ്മം പൂർണമാണ്.

"പൂർണമദഃ പൂർണമിദം
പൂർണാത് പൂർണമുദച്യതേ
പൂർണസ്യ പൂർണമാദായ
പൂർണമേവാവശിഷ്യതേ."

ബ്രഹ്മത്തെക്കുറിച്ചുള്ള അറിവിൽനിന്നുകൊണ്ട് പ്രപഞ്ചത്തെ നോക്കിക്കാണുമ്പോൾ കാര്യപ്രപഞ്ചം പൂർണമാണ്. കാരണമായ ബ്രഹ്മവും പൂർണമാണ്. കാരണമായ ബ്രഹ്മത്തിൽനിന്ന് കാര്യമായ പ്രപഞ്ചം വ്യാപിച്ചുകിടക്കുന്നതായി നാം അറിയുന്നു. പൂർണത്തിൽനിന്ന് പൂർണം ഉണ്ടാകുന്നു. പൂർണത്തിന്റെ പൂർണതയെ അതിൽനിന്നും എടുത്തിട്ടും പൂർണംതന്നെ അവശേഷിക്കുന്നു.

അകവും പുറവും നിറഞ്ഞുനിൽക്കുന്നതാണ് ബ്രഹ്മം. അതിന്റെ മഹത്വം വർണനാതീതമാണ്.അഖണ്ഡവും അദ്വയവുമാണത്. അതിനെയാണ് ഞങ്ങൾ വാഴ്ത്തുന്നത്. അല്ലയോഭഗവാനെ ജയിക്കുക. ജഗതാധാരമായിട്ടുള്ളതും അദ്ഭുതകരവും, ദിവ്യവും, അഖണ്ഡവും, അദ്വയവും, അചിന്ത്യവൈഭവവും, അനാദിമധ്യാന്തവുമായ ഭഗവാൻ ജയിക്കട്ടെ.

മഹാദേവനും ദീനാവനപരായണനും, ചിദാനന്ദനുമായ ഹേഭഗവാൻ അങ്ങ് ദയാസാഗരമാണല്ലോ.

അവിടന്ന് വിജയിക്കട്ടെ.

സംസാര സാഗരത്തിൽ ആണ്ടുപോകാതെ മോക്ഷത്തിന്റേതായ മറുകരയിൽ ഞങ്ങളെ എത്തിക്കുന്നതിനുള്ള പ്രാർഥനയിലായിരുന്നു വല്ലോ തുടക്കം. ഞങ്ങളെല്ലാം ആഴമേറിയ അവിടത്തെ മഹസ്സാകുന്ന

ആഴിയിൽ ആഴണം. പിന്നെ ജനനമരണങ്ങളുണ്ടാവില്ലല്ലോ. പരബ്രഹ്മത്തിൽ ലയിച്ച് മുക്തിപ്രാപിക്കണം. സൂചിത്തുമ്പിൽനിന്നും കയത്തിൽ വീഴുന്ന ക്ഷീരബിന്ദു അതിൽ ലയിച്ചുചേരും. ആ സാഗരത്തിൽ ലയിച്ച് അതിൽ വാഴണം. സുകൃതക്ഷയം നിമിത്തം വീണ്ടും ജന്മമുണ്ടാകുന്നതു പോലെ സംഭവിക്കരുത്. നിത്യം അതിൽ ലയിച്ചുവാഴണം. അതിൽനിന്നുണ്ടാകുന്ന ആ സുഖം സച്ചിദാനന്ദം വാഴണം.

ശങ്കരാചാര്യർ പറയുംപോലെ 'പുനരപിജനനം പുനരപിമരണം പുരപിജനനീ ജഠരേശയനം'. അത് പുനർജന്മമാണ്. ജീവിതത്തിൽ നേടുന്ന സുകൃതത്തിന്റെ ഫലമായി സ്വർഗത്തിലെത്തുന്നു. ബാങ്കിലെ നിക്ഷേപം കുറയുമ്പോലെ ഉപയോഗമനുസരിച്ചത് കുറയുന്നു. തീരുന്നമുറക്ക് വീണ്ടും ജനനം. അതിന്റെ ആവർത്തനം പിന്നേയും. മോക്ഷത്തിൽ അതില്ല. ജീവാത്മാവെന്ന് പറയുന്നത് പരമാത്മാവിൽ ലയിച്ചുചേരുകയാണ്. പിന്നെ ജനനമില്ല. അതുകൊണ്ടുതന്നെ മരണവുമില്ല, അതാണ് മോക്ഷം,

നരനായിങ്ങനെ ജനിച്ചു ഭൂമിയിൽ

സന്ധ്യാനേരങ്ങളിൽ കേരളത്തിലെ മിക്കവാറും വീടുകളിൽ നിന്നും ഉയർന്നുകേൾക്കുന്നൊരു പ്രാർഥനാഗീതമാണിത്. ചൊല്ലിക്കേട്ടുപ്രചരിച്ച ഒരു ഗാനമെന്നനിലയിൽ പ്രാദേശികമായ പ്രത്യേകതകൾ അതിൽ കടന്നുകൂടിയിട്ടുണ്ട്. ഭാഷാലാളിത്യമാകണം ഇതിനെ ഇത്രമാത്രം പ്രശസ്തമാക്കിയത്. 'തിരുവൈക്കംവാഴും' ശിവനെയാണ് വിളിച്ചുപ്രാർഥിക്കുന്നത്.

സ്വർഗവും നരകവും ഉണ്ടെന്നാണ് പൊതുവെയുള്ള വിശ്വാസം. ഭാരതീയദാർശനികർ ഇഹലോകജീവിതത്തെ നരകമായി സങ്കൽപിക്കാറില്ല. മരണാനന്തരം ആത്മാവാണ് സ്വർഗത്തിലേക്കോ നരകത്തിലേക്കോ പോകുന്നത്. നന്മതിന്മകളുടെ ഫലമായിട്ടാണ് സ്വർഗനരകങ്ങൾ വിധിക്കപ്പെടുന്നത്. ജീവിതത്തിൽ നന്മചെയ്യുന്നവന് പുണ്യം ലഭിക്കും, തിന്മചെയ്യുന്നവന് നരകം ലഭിക്കും. പുണ്യപാപങ്ങളുടെ ഫലം അനുഭവിച്ചുതീരുമ്പോൾ വീണ്ടും ഭൂമിയിലേക്ക്. വീണ്ടും മനുഷ്യജന്മം. ഇതിനെയാണ് പുനർജന്മമെന്ന് പറയുന്നത്.

"പുനരപി ജനനം പുനപി മരണം
പുനരപി ജനനീ ജഠരേശയനം."

എന്ന് പാടുമ്പോൾ ഇതാണ് ഉദ്ദേശിക്കുന്നത്.

ഭാരതീയരുടെ വിശ്വാസം മനുഷ്യജന്മം അതിവിശിഷ്ടമാണ് എന്നാണ്. "മുട്ടയായും പുഴവായും പക്ഷിയായും, മൃഗമായും ലക്ഷം ജന്മങ്ങൾ കഴിഞ്ഞാൽ പക്ഷേ, മനുഷ്യരായെന്നാം.!"

പലപല വിഭാഗങ്ങളിലായി ലക്ഷക്കണക്കിനുജന്മങ്ങൾ അനുഭവിച്ചു കഴിയുമ്പോൾ ഒരു പക്ഷേ, ലഭിച്ചേക്കാവുന്ന ഒന്ന്. ലഭിക്കുമെന്നുറപ്പില്ല. അതുകൊണ്ടാണ് നരജന്മം വിശിഷ്ടമാണെന്ന് പറയുന്നത്. അങ്ങനെ അപൂർവങ്ങളിൽ അപൂർവമായി മാത്രം ലഭിക്കുന്ന നരജന്മത്തെ ഭാരതീയ ദാർശനികർ നരകമായികരുതുന്നില്ല.

നരകത്തിൽനിന്നും കരകയറ്റണമെന്നാണപേക്ഷ. എന്നുവച്ചാൽ ജനനമരണങ്ങളില്ലാത്ത അവസ്ഥനൽകണമെന്നാണ്. അതിനെ മോക്ഷമെന്നാണ് പറയുന്നത്. എന്താണ് മോക്ഷം? ജീവാത്മാവ് പരമാത്മാവിൽ അഥവാ പരബ്രഹ്മത്തിൽ ലയിച്ചുചേരുക. അതാണ് മോക്ഷം.

താനില്ലാത്ത ഒരു ലോകത്തെക്കുറിച്ചു സങ്കൽപ്പിക്കാൻ കഴിയാത്തയാൾക്ക് ഇവിടെ സൂചിപ്പിച്ച മോക്ഷം ഉൾക്കൊള്ളാൻ കഴിയില്ല. അതുകൊണ്ട് പറയട്ടെ, ചരാചരാത്മകമാണ് വിശ്വം. സർവചരാചരങ്ങളും വിശ്വത്തിന്റെ ഭാഗമാണെന്നർഥം.

ഇനി മോക്ഷമെന്തെന്ന് മനസ്സിലാക്കാം. ഒരു സൂചിയുടെ മുനയിൽ കണ്ണുകൊണ്ട് കാണാൻ കഴിയുന്നതിൽ ഏറ്റവും ചെറിയ ക്ഷീരബിന്ദു ശേഖരിക്കുക. സമുദ്രത്തിലേക്കൊഴുകിയെത്തുന്ന ആറ്റിലോ നീർച്ചാലിലോ അത് മുക്കുക. ആ പാൽതുള്ളിക്ക് മധുരമുണ്ടായിരുന്നു. രൂപമുണ്ടായിരുന്നു, ഗന്ധമുണ്ടായിരുന്നു. എന്നാൽ വെള്ളത്തിൽ മുക്കിക്കഴിഞ്ഞപ്പോൾ അതിന്റെ എല്ലാഗുണങ്ങളും മാത്രമല്ല ആ പാൽത്തുള്ളിതന്നെ സമുദ്രത്തിന്റെ ഭാഗമായി. അതിനെ ആ വെള്ളത്തിൽനിന്ന് വീണ്ടെടുക്കുക സാധ്യമല്ല. ഇവിടെ ക്ഷീരബിന്ദുവിന്റെ സ്ഥാനത്ത് ഔഷധഗുണങ്ങൾ ഉൾപ്പെടെയുള്ള പെരിയാറിനെയോ, മഹാഗുണഗണങ്ങളുള്ള ഭാരതപ്പുഴയേയോ സങ്കൽപ്പിച്ചുനോക്കൂ. അവയുടെ പുനർജന്മം സങ്കൽപിക്കാൻ കഴിയില്ല. എന്നാൽ അതേ കടൽവെള്ളംതന്നെയാണ് വീണ്ടും പെരിയാറായും ഭാരതപ്പുഴയായും ഒഴുകിയെത്തുന്നതെന്നകാര്യം നാം മറന്നുകൂടാ. ഭാരതപ്പുഴയുടേയും പെരിയാറിന്റേയും വൃഷ്ടിപ്രദേശങ്ങളിൽ പെയ്തിറങ്ങുന്ന വെള്ളത്തിൽ കടലിൽനിന്നും മറ്റുജലാശയങ്ങളിൽനിന്നും നീരാവിയായുയർന്ന് മഴയായിമാറിയ വെള്ളമുണ്ടെന്നല്ലാതെ ഭാരതപ്പുഴയുടേയും പെരിയാറിന്റേയും വെള്ളമുണ്ടെന്ന് തിരിച്ചറിയാൻ യാതൊരു മാർഗവുമില്ല. കടലിലെത്തിയ നദികൾക്ക് മോക്ഷമായി. എന്നാൽ അപ്പോഴും ആ നദികളുടെ വൃഷ്ടിപ്രദേശത്ത് അതേനദികൾ ജനിച്ചുകൊണ്ടേയിരിക്കുന്നു. അതാകട്ടെ പുനർജന്മമല്ലതാനും. മരണകാലത്തെ ഭയത്തെക്കുറിച്ചാണ് തുടർന്ന് പറയുന്നത്. മോക്ഷാർഥിയായ ഒരാൾ മരണത്തെ ഭയപ്പെടുകയില്ല. സുഖദുഃഖസമ്മിശ്രമായ ലൗകികജീവിതത്തിൽ നിന്നുമുള്ള മോചനമാണ് മോക്ഷം,

മരണഭയത്തിന് കാരണം മഹാമായയാണ്. മായകൊണ്ട് കർമ ബന്ധങ്ങളുണ്ടാകുന്നു. അച്ഛൻ, അമ്മ, സഹോദരങ്ങൾ, ബന്ധുക്കൾ, നേതാക്കൾ, വേണ്ടപ്പെട്ടവർ ഇത്യാദി. അവർ പിരിയുന്നതും അവരെ പരിയുന്നതും ചിന്തിക്കാൻ കഴിയുന്നില്ല. ഐസ്കട്ട വെള്ളമാകുന്നതും വെള്ളം നീരാവിയായിമാറുന്നതും, അത് മഴക്കാറായി അനുഭവപ്പെടുന്നതും, മഴയായിപെയ്തിറങ്ങുന്നതും എല്ലാം വെള്ളംതന്നെയാണ്. വെള്ളംമാത്രംസത്യം. മറ്റെല്ലാം കേവലം അവസ്ഥാന്തരങ്ങൾ. അവയെ തിരിച്ചറിയാൻ കഴിയാത്തതിനുകാരണം മായയുടെ വികൃതിയാണ്.

കേരളതീരത്ത് അഴികളും പൊഴികളുമുണ്ട്. അഴിമുഖമെന്നും പൊഴിമുഖമെന്നും അവ അറിയപ്പെടുന്നു. നദികളും കായലുകളും കടലുമായി സംഗമിക്കുന്നഭാഗമാണിത്. നേരെ കടലിലേക്കുചേരുന്നത് അഴിമുഖം. എന്നാൽ കടലിനും കായലിനുമിടയിൽ മണൽത്തിട്ടയുള്ളതിനാൽ സംഗമിക്കാതിരിക്കുകയും മഴക്കാലം വരുമ്പോൾ സംഗമിക്കുകയും ചെയ്യുന്ന്ത് പൊഴിമുഖം. മണൽത്തിട്ടയുടെ ഒരു ഭാഗത്ത് ആർത്തലയ്ക്കുന്ന സാഗരം. മറുവശത്ത് ഭക്തിപാരവശ്യത്തോടെ വിനീതയായി നിൽക്കുന്ന നദി. നദിയെ അഥവാ കായലിനെനോക്കി കടൽ ഭവ്യതയോടെ പറയുന്നു, നീ അന്വേഷിക്കുന്ന സാഗരം, അത് നീ തന്നെയാണ്. തത്ത്വം അസി. മുകളിൽ സൂചിപ്പിച്ച പെരിയാറിന്റെയും ഭാരതപ്പുഴയുടെയും സ്ഥാനത്ത് കേരളത്തിലെ ഒരു പൊഴിയെ സങ്കൽപിച്ചുനോക്കൂ. കാര്യം വ്യക്തമാകും. രണ്ടും ഒന്നാണെന്നല്ല 'തത്ത്വമസി' യുടെ അർഥം. ഒന്നേയുള്ളൂവെന്നാണ്. ആ ഒന്ന് നീ ആകുന്നു.

പ്രശ്നസങ്കീർണമായ കൊടുംകാടാണ് ലൗകികജീവിതം. കാട്ടിൽവച്ചു വഴിതെറ്റിയാൽ ലക്ഷ്യത്തിലെത്തുക എളുപ്പമല്ല. അവിടെ വഴികളുണ്ടനേകം. കാട്ടുജന്തുക്കളുടെ വഴികൾ അവയുടെ ലക്ഷ്യസ്ഥാനങ്ങളിലേക്കുള്ളതാണ്. ഇത്തരം വഴികളിൽ നമുക്ക് എത്തിച്ചേരേണ്ടലക്ഷ്യത്തിലക്കുള്ള എളുപ്പവഴി, അതാണ് കണ്ടെത്തേണ്ടത്. അത് മംഗളസ്വരൂപനായ ശിവനിലേക്കുള്ള വഴിയാണ്. അങ്ങോട്ടേക്കുള്ള വഴിയിൽ ചില പടികളുണ്ട്. തൊട്ടെണ്ണിയാൽ ആറുപടികൾ. അതാറും കടന്ന് ഏഴാമത് സ്ഥാനത്തെത്തിയാൽ പിന്നെ സച്ചിദാനന്ദമാണ്.

നട്ടെല്ലിന്റെ ഏറ്റവും ചുവടെ മൂലാധാരത്തിൽ കുണ്ഡലിനിയെന്ന ശക്തി ഉറങ്ങിക്കിടക്കുന്നു. കുണ്ഡലീകൃതമായി (ചുരുണ്ടു)കിടക്കുന്നതുകൊണ്ടാവണം അതിനെ കുണ്ഡലിനി എന്ന് പറയുന്നത്. കുണ്ഡലീഫണമെന്നാൽ സർപഫണമെന്നാണർഥം. കുണ്ഡലീശൻ അനന്തൻ എന്ന സർപമാണ്. മൂലാധാരത്തിൽ ഫണമുള്ള സർപംകണക്കെ

തളർന്ന് ചുരുണ്ട്കിടക്കുന്ന ഒരു ശക്തിയാണ് കുണ്ഡലിനിയെന്നുവരുന്നു. അതിനെ പ്രാണായാമം തുടങ്ങിയ പ്രക്രിയകളിലൂടെ ഉണർത്തിക്കൊണ്ടു വരണം. മനുഷ്യശരീരത്തിലെ സപ്തനാഡികളുടെയും തുടക്കം മൂലാധാ രത്തിൽനിന്നാണ്. അതിൽ പ്രധാനപ്പെട്ട ഒരു നാഡിയാണ് സുഷുമ്ന. നട്ടെല്ലിനുള്ളിലൂടെയാണത് കടന്നുപോകുന്നത്. അതിലാണ് ആറ് പടവുകളുള്ളത്. ഒന്നാമത്തേത് മൂലാധാരംതന്നെ. പിന്നെ മുകളിലേക്ക് സ്വാധിഷ്ഠാനം, മണിപൂരചക്രം, അനാഹതം, വിശുദ്ധി. ആറാമത്തേതായി ആജ്ഞാചക്രം.

ഇവിടെ ഓർത്തിരിക്കേണ്ട ഒരു കാര്യം നമ്മുടെയെല്ലാം ശരീരം പഞ്ച ഭൂതാത്മകമാണ്. പൃഥ്വി, അപ്, തേജസ്, വായു, ആകാശം എന്നിവയാണ് പഞ്ചഭൂതങ്ങൾ. ഇവ കൂടിച്ചേരുമ്പോൾ ശരീരം ഉണ്ടാവുകയും പിരിഞ്ഞു പോകുമ്പോൾ ശരീരം ഇല്ലാതാവുകയും ചെയ്യുന്നു. മുകളിൽ സൂചിപ്പിച്ച ആറുപടികളിൽ മൂലാധാരം മുതൽ മുകളിലേക്ക് ഓരോപടിയിലും ഓരോ ഭൂതം ഇരിക്കുന്നു. ആറാംപടിയായ ആജ്ഞാചക്രത്തിൽ മനസ്സും.

നിദ്രയിലാണ്ടുകിടക്കുന്ന കുണ്ഡലിനിയെ ഉണർത്തി സുഷുമ്നാ നാഡിയിലൂടെ വളർത്തിക്കൊണ്ടുവരുമ്പോൾ, ഓരോപടിയിലും ഓരോ ഭൂതത്തെ നിക്ഷേപിച്ചിട്ടാണ് വരുന്നതെന്ന് കരുതുക. ആജ്ഞാചക്രത്തി ലെത്തുമ്പോൾ അവശേഷിക്കുന്നത് മനസ്സുമാത്രമായിരിക്കും. അതിനെ അവിടെ നിക്ഷേപിച്ചാൽ പിന്നെ ശേഷിക്കുന്നതു ഞാൻമാത്രം. നമ്മുടെ പുരികക്കൊടികൾ ചേരുന്നതിന്റെ പുറകുവശത്താണ് നട്ടെല്ല് അവസാ നിക്കുന്നത്. അവിടെയാണ് ആറാം പടി. അതു കടന്നാൽ ഉള്ളത് വിടർന്നുനിൽക്കുന്ന സഹസ്രാരപദ്മമാണ്. അവിടെ അനുഭവമാണ്. സച്ചിദാനന്ദം!

ലളിതസുഭഗമായ ഭാഷയിൽ ദാർശനികമായ സ്ഥൈര്യം എങ്ങനെ യിരുന്നാലും ഒട്ടേറെ ആശയങ്ങൾ ഉൾക്കൊള്ളുന്ന ഈ പ്രാർഥനയ്ക്ക് സമാനമെന്ന് പറയാൻ മലയാളത്തിൽ വേറെയൊന്നും ഇല്ലായെന്നു തന്നെ പറയാം.

യോഗവിദ്യയിലൂടെ അനുഭവവേദ്യമാകുന്ന അനുഭൂതി എക്കാലത്തും ചോദ്യംചെയ്യപ്പെട്ടിട്ടുണ്ട്. വർഷങ്ങളുടെ ശ്രമഫലമായി നമ്മുടെ പ്രപി താക്കന്മാർ അനുഭവിച്ചറിഞ്ഞ ആ അനുഭൂതി നിമിഷനേരംകൊണ്ട് യുവതലമുറ സ്വായത്തമാക്കുന്നുവെന്നുള്ളത് ഇന്നിന്റെ അനുഭവമാണ്. അത് യോഗത്തിന്റേതായി അവകാശപ്പെടുന്ന പലസിദ്ധികളേയും ചോദ്യംചെയ്യുന്നുമുണ്ട്.

ജനനീ ജന്മഭൂമിശ്ച

പെറ്റമ്മയും പെറ്റനാട്ടും സ്വർഗത്തെക്കാൾ വലിയതാണെന്ന അർഥത്തിലുള്ള ഒരു ശ്ലോകാർദ്ധമാണിത്.

"ജനനീ ജന്മഭൂമിശ്ച
സ്വർഗാദപിഗരീയസി."

നേപ്പാൾ രാജ്യത്തിന്റെ ദേശീയ മുദ്രാവാക്യമാണ്. ഇത് വാല്മീകി രാമായണത്തിലുള്ളതാണെന്ന ധാരണ ചിലർ പുലർത്തുന്നുണ്ട്. അത് ശരിയല്ല. ഇരുപതാം നൂറ്റാണ്ടിന്റെ ആരംഭത്തിൽ മദിരാശിയിൽനിന്ന് അച്ചടിച്ച് പ്രസിദ്ധം ചെയ്ത രാമായണത്തിൽ ഇത് കണ്ടിട്ടുണ്ടെന്നാണ് പറയപ്പെടുന്നത്. എന്നാൽ ഇന്ന് ദക്ഷിണേന്ത്യയിൽ പ്രചാരത്തിലുള്ള വാല്മീകിരാമായണത്തിൽ ഇത്തരത്തിലൊരു പ്രസ്താവത്തിന് പ്രസക്തി യുള്ളതായി കാണുന്നില്ല.

രാമായണം പിതൃപ്രധാനമായ ഒരു ഗ്രന്ഥമാണ്. പിതാവിന്റെ വാക്കുപാലിക്കുവാൻ സൗഭാഗ്യത്യാഗംചെയ്ത് വനവാസത്തിന് തയ്യാറാവുന്നു. ആ സമയത്ത് അതുവരെ പുത്രന്റെ യൗവരാജ്യാഭിഷേകം സ്വപ്നംകണ്ട് നാളുകൾഎണ്ണിക്കഴിഞ്ഞിരുന്ന മാതാവ് പുത്രനെ പിന്തിരിപ്പിക്കാൻ ശ്രമിക്കുന്നു. ഭാരതീയസംസ്കാരം മാതൃത്വത്തിലല്ല പിതൃത്വത്തിലാണ് അഭിമാനം കൊണ്ടിരുന്നത്. 'പ്രാണിക്ക് അച്ഛൻ വെറും വിത്തുമാത്രമാണെന്ന്'കണ്ടെത്തിയ ചാർവ്വാകന്മാരേയും വേദ നിന്ദകരായ ബൗദ്ധരേയും 'നാസ്തികർ'എന്നാണ് ആ കാലഘട്ടത്തിൽ അഭിസംബോധനചെയ്തിരുന്നത്.

ആസേതുഹിമാചലം നീണ്ട്പരന്നുകിടക്കുന്ന ഭാരതത്തിന് മത്തായ ഒരു സംസ്കാരമുണ്ട്. അത് പുരുഷപ്രധാനമാണ്. രാമായണംതന്നെ യെടുക്കുക. രാമൻ പതിനാലുവർഷം ദണ്ഡകാരണ്യവാസത്തിനുപോക ണമെന്ന് ദശരഥൻ പറയുന്നില്ല. രാമനെ പിരിഞ്ഞിരിയ്ക്കാൻ ദശരഥൻ ആഗ്രഹിക്കുന്നുപോലുമില്ല. കൈകേയീ മാതാവാണ് രാമനെ വനവാ സക്കാര്യം അറിയിക്കുന്നത്. രാമനിൽനിന്ന് വിവരം മനസ്സിലാക്കുന്ന കൗസല്യ വെട്ടിയിട്ടമരക്കമ്പുപോലെ നിലത്തുവീണുവെന്നാണ് വാല്മീകി പറയുന്നത്. പിന്നീട് ബോധം തിരിച്ചുകിട്ടിയ കൗസല്യാരാജമാതാവ് രാമനോട് പറയുന്നവാക്യം ഹൃദയഭേദകമാണ്:

"യദി പുത്ര ന ജായേഥാ
മമ ശോകായ രാഘവ
നസ്മ ദുഃഖമതോ ഭൂയഃ
പശ്യേയ മഹമപ്രജാഃ
ഏക ഏവ ഹി വന്ധ്യായാഃ
ശോകോഭവതി മാനസഃ
അപ്രജാസ്മീതി സന്താപോ
നഹ്യ ന്യഃ പുത്രവിദ്യതേ"
(വാ. രാ. അയോധ്യാ: 20: 36, 37)

(എനിക്ക് പുത്രനുണ്ടായില്ലായിരുന്നെങ്കിൽ ഉണ്ടാകുമായിരുന്ന ദുഃഖം അനപത്യതമാത്രമേ ആകുമായിരുന്നുള്ളുവല്ലോ. വന്ധ്യയായവർക്ക് ഒറ്റ ദുഃഖമേ ഉണ്ടാകുമായിരുന്നുള്ളൂ. മക്കളില്ല എന്ന ദുഃഖം. ഇത്തരത്തിലൊരു ദുഃഖമുണ്ടാകുമായിരുന്നില്ല.)

"മമൈവ നൂനം മരണം ന വിദ്യതേ
ന ചാവകാശോസ്തി യമക്ഷയേമമ
യദന്തകോദ്യൈവ നമാം ജിഹീർഷതി
പ്രസഹ്യസിംഹോ രുദതീം മൃഗീമിവ."
(വാ.രാ. അയോധ്യാ; 20: 50)

(എനിക്ക് മരണവുമില്ലെന്ന് വന്നിരിക്കുന്നു. യമലോകത്തുപോലും എനിക്ക് അവകാശമില്ലാതായോ? എന്തുകൊണ്ടാണ് സിംഹം മാൻപേടയെ കൊന്നപോലെ ഇപ്പോൾത്തന്നെ എന്നെ അന്തകൻ യമലോകത്തേക്ക് കൊണ്ടുപോകാത്തത്) തുടർന്ന് ദശരഥരാ ജാവിന്റെ പട്ടമഹിഷിയായ കൗസല്യാമാതാവ് പശു അതിന്റെ കിടാവിനെ അനുഗമിക്കുന്നതുപോലെ രാമനോടൊപ്പം വനത്തിലേക്ക് പോകുവാൻ തയ്യാറായി. രാമൻ അതിനനുവദിക്കില്ലെന്നായപ്പോൾ രാജ്യാധികാരം ഉപേക്ഷിച്ച് സ്വന്തം ഗൃഹത്തിൽ താമസിച്ചുകൊണ്ട്

മാതൃശ്ശുശ്രൂഷനടത്താൻ മകനെ ഉപദേശിച്ചുനോക്കി. പിതാവെന്നനില യിൽ മഹാരാജാവ് എത്രമാത്രം പൂജ്യനാണോ അത്രമാത്രം പൂജ്യയാണ് പട്ടമഹിഷിയായ താനെന്നും വാദിച്ചുനോക്കി. അവസാനം:

"യദിത്വം യാസ്യസി വനം
ത്യക്ത്വാ മാം ശോകലാലസാം
അഹം പ്രായമിഹാസിഷ്യേ
നച ശക്ഷ്യാമി ജീവിതും."
(വാ. രാ. അയോധ്യാ: 21: 27)

(ശോകലാലസയായ എന്നെ ഉപേക്ഷിച്ച് നീ വനത്തിലേക്ക് പോവുകയാണെങ്കിൽ ഞാൻ പ്രായോപവേശം ചെയ്യുന്നതാണ്. ഞാൻ ജീവിച്ചിരിക്കാൻ ശക്തയല്ല) എന്നുവരെ പറഞ്ഞു. എന്നാൽ രാമൻ അനു നയവാക്കുകൾ പറഞ്ഞും പലവിധയുക്തികൾ ചൂണ്ടിക്കാണിച്ചും സനാ തനധർമം ഉപദേശിച്ചും മാതാവിന്റെ അഭിലാഷത്തെ അവഗണിച്ചു. കൈകേയിമാതാവിൽനിന്നും പറഞ്ഞറിഞ്ഞ പിതാവിന്റെ വാക്കുകൾ പാലിക്കുവാൻ സന്നദ്ധനായി.

ദശരഥമഹാരാജാവിന്റെ മരണാനന്തരം കേകയരാജധാനി യിൽ നിന്നും ആളയച്ചുവരുത്തപ്പെട്ട ഭരതൻ സ്വന്തം മാതാവായ കൈകേയിയെ ശക്തമായ ഭാഷയിൽ ഭർത്സിക്കുന്നുണ്ട്. അതിനുശേഷം ഭരതൻ ദണ്ഡകവനത്തിൽനിന്ന് രാമനെ കൂട്ടിക്കൊണ്ടുവരുന്നതിനായി പോകുമ്പോൾ ഭരദ്വാജമഹർഷിയെ സന്ദർശിക്കുന്നുണ്ട്. മഹർഷിയുടെ ആതിഥ്യം സ്വീകരിച്ച് രാത്രികഴിച്ചശേഷം പ്രഭാതത്തിൽ ചിത്രകൂടത്തി ലേക്ക് പോകുവാനൊരുങ്ങുമ്പോൾ മഹർഷി രാജമാതാക്കളുടെ കുശ ലമറിയാനുള്ള ആഗ്രഹം പ്രകടിപ്പിക്കുന്നു. മുനിശ്രേഷ്ഠന്റെ പാദവന്ദനം നടത്തി അദ്ദേഹത്തെ പ്രദക്ഷിണംചെയ്ത് തന്റെ അടുത്തുനിന്ന കൈകേ യിയെന്ന മാതാവിനെ ഭരതൻ അദ്ദേഹത്തിന് പരിചയപ്പെടുത്തുന്ന ഒരു രംഗമുണ്ട്. മൂന്ന് ശ്ലോകങ്ങളിലായി വാല്മീകി ആ പരിചയപ്പെടുത്തലിനെ പറഞ്ഞുവയ്ക്കുന്നു:

"യസ്യാഃ കൃതേ നരവ്യാഘ്രൗ
ജീവനാശമിതോ ഗതൗ
രാജാ പുത്രവിഹീനശ്ച
സ്വർഗം ദശരഥോഗതഃ
ക്രോധ നാമകൃതപ്രജ്ഞാം
ദൃപ്താം സുഭഗമാനിനീം
ഐശ്വര്യകാമാം കൈകേയീ-
മനാര്യാ മാര്യ രൂപിണീം

മമൈതാം മാതരം വിദ്ധി
നൃശംസാം പാപനിശ്ചയാം
യതോ മൂലം ഹി പശ്യാമി
വ്യസനം മഹദാത്മനഃ"
(വാ. രാ. അയോധ്യാ - 92: 25-27)

(നരവ്യാഘ്രങ്ങളായ ഇരുവരും ജീവിതനാശം സംഭവിച്ചവരായിത്തീർന്നതും മഹാരാജാവ് പുത്രവിഹീനനായി സ്വർഗം പൂകിയതും ആരുമൂലമാണോ, ക്രോധശീലയും, അപക്വമതിയും, ഗർവിഷ്ഠയും, കാഴ്ചയിൽ സുഭഗമാനിനിയും, ഐശ്വര്യകാമിയും, ആര്യായെന്ന്തോന്നുമെങ്കിലും അനാര്യയുമായ കൈകേയി എന്റെ മാതാവാണെന്നറിയുക. നൃശംസയും പാപനിശ്ചയയുമായ കൈകേയിമൂലമാണ് എനിക്ക് ഈ വ്യസനം വന്നുചേർന്നതെന്നാണ് ഞാൻ കരുതുന്നത്.)

ഇപ്രകാരം പ്രകോപിതനായി സ്വന്തം മാതാവിനെക്കുറിച്ച് ഭരതൻ സംസാരിച്ചപ്പോൾ പക്വമതിയായ മഹർഷി ഭരദ്വാജൻ കൈകേയിയെ ഇത്തരത്തിൽ വീക്ഷിക്കരുതെന്നും രാമന്റെ വനവാസം ശുഭോദർക്കമായിത്തന്നെ ഭവിക്കുമെന്നും പറഞ്ഞ് ഭരതനെ ആശ്വസിപ്പിച്ചു.

സ്വർഗത്തെക്കാൾ വലുതായ മാതാവിനെ ഭരതൻ വിശേഷിപ്പിക്കുന്നത് നോക്കുക: ദൃപ്ത (അഹങ്കാരമുള്ളവൾ), സുഭഗമാനിനി (സുന്ദരിയെന്ന് സ്വയം നടിക്കുന്നവൾ), ആര്യരൂപിണിയായ അനാര്യ, നൃശംസ (ക്രൂര)... ജനനിയെ സ്വർഗത്തെക്കാളും ഗരിമയുള്ളതായിക്കാണുന്ന സംസ്കാരം വാല്മീകിരാമായണത്തിലില്ലെന്നുതന്നെവേണം പറയാൻ.

രാമലക്ഷ്മണന്മാരും സീതയും വനവാസത്തിനൊരുങ്ങി ഗുരുജനങ്ങളുടേയും പൗരാവലിയുടേയും സാന്നിധ്യത്തിൽ യാത്രയാകുന്ന സന്ദർഭം. കൈകേയി മൂവർക്കും മരവുരിനൽകി. അതു ധരിക്കാൻ വശമില്ലാത്ത സീതയെ രാമൻ വെൺപട്ടിനുമേൽ മരവുരിചുറ്റിക്കൊടുത്തുസഹായിച്ചു.

സീത മരവുരിധരിക്കുന്നതുകണ്ട വസിഷ്ഠൻ കൈകേയിയുടെ നേരെ കയർത്തുസംസാരിച്ചു. സർവസംഗപരിത്യാഗിയായ മഹർഷിക്ക് ചേരാത്ത അമാന്യമായ വാക്കുകൾ കൈകേയിക്കുനേരെ ചൊരിഞ്ഞു. കൈകേയി ഒരു സ്ത്രീയും മഹാരാജാവിന്റെ പത്നിയും ഭരതന്റെ മാതാവുമാണെന്നസത്യം മറന്നു. കുലഗുരുവും രാജപുരോഹിതനുമാണ് വസിഷ്ഠൻ. സപ്തർഷികളിൽ ഒരുവൻ. അദ്ദേഹത്തിനുവശമില്ലാത്ത എന്തു ബഹുമാനമാണ് രാമായണത്തിൽനിന്ന് ഇക്കാര്യത്തിൽ പ്രതീക്ഷിക്കാനുള്ളത്.!

ജന്മഭൂമിയുടെ കാര്യത്തിൽ അഭിമാനംകൊള്ളുന്ന ഒരാൾ മറ്റൊരാൾക്ക് അതിനുള്ള അവകാശത്തെ എതിർക്കുമോ? കിഷ്കിന്ധയിലെ അഭിമാനിയായ രാജാവായിരുന്നുവല്ലോ ബാലി. അദ്ദേഹത്തെ വേട്ടക്കാരൻ ഇരയെ വേട്ടയാടുമ്പോലെയല്ലേ രാമൻ അമ്പെയ്ത് വധിച്ചത്? പഞ്ചനഖികളിൽ മനുഷ്യഭോജ്യമല്ലാത്തതന്നെ എന്തിനിങ്ങനെ വധിച്ചുവെന്ന ചോദ്യത്തിന് ഉത്തരം നൽകാൻ രാമനുകഴിഞ്ഞില്ല.

അതിർത്തികാക്കുന്ന സൈന്യാധിപൻ ആക്രമണോത്സുകനായ ശത്രുരാജ്യത്തെ സൈന്യാധിപനെ വധിച്ചാൽ അതിൽ രാജ്യസ്നേഹമുണ്ട്. അതേ സൈന്യാധിപൻ നാട്ടിൽവരുമ്പോൾ അതേ തോക്കുപയോഗിച്ച് അവകാശത്തർക്കംനടക്കുന്ന ഒരു പാവപ്പെട്ട കുടുംബത്തിലെ ഗൃഹനാഥനെ നിർവികാരനായി ചെന്ന് വധിച്ചാലോ? അയാൾ കുറ്റവാളിയാകും. നിയമനടപടികൾക്ക് വിധേയമാകും. ദേശാഭിമാനം കാലദേശാനുസാരിയാണെന്നർഥം

അങ്ങനെ പരിശോധിക്കുമ്പോൾ പെറ്റമ്മയ്ക്കും പെറ്റനാടിനും വാല്മീകിരാമായണത്തിൽ ഒരു പ്രസക്തിയുമില്ലെന്ന് പറയേണ്ടിവരുന്നു.

"മിത്രാണി ധനധാന്യാനി നി
പ്രജാനാം സമ്മതാനിവ
ജനനീ ജന്മഭൂമിശ്ച
സ്വർഗാദപി ഗരീയസി."

(സുഹൃത്തുക്കൾ, ധനധാന്യദികൾ ഒക്കെത്തന്നെയും സാധാരണക്കാരെ സംബന്ധിച്ചിടത്തോളം മാന്യമാണ്. പെറ്റമ്മയും പെറ്റനാടുമാകട്ടെ സ്വർഗത്തേക്കാൾ മഹത്തരമാണ്.) ഇത്തരത്തിലും ഒരു ശ്ലോകം കണ്ടിട്ടുണ്ട്. ഇതിന്ന് വാല്മീകിരാമായണത്തിൽ യാതൊരു പ്രസക്തിയുമില്ല. സീതാമഹത്വം കഴിഞ്ഞാൽ അതിൽ പിതൃഭക്തിക്കും ബ്രാഹ്മണമേധാവിത്വത്തിനുമാണ് പ്രാധാന്യം.

ത്രേതായുഗത്തിലെ ജാനകിയും ആശാന്റെ സീതയും

ജനകമഹാരാജാവിന്റെ മാനസപുത്രിയാണ് ജാനകി. ജീവിച്ചത് ത്രേതായുഗത്തിൽ. ദാശരഥിയായ രാമന്റെ പത്നിയായി. സിതത്തിൽനിന്ന് കിട്ടിയതുകൊണ്ട് (ഉഴവുചാലിൽനിന്നും ലഭിച്ചതുകൊണ്ട്) സീത എന്ന പേരുണ്ടായി. എട്ടുവയസ്സിൽ വിവാഹിതയായി. പത്തുവയസ്സിൽ പതിനേഴവയസ്സായ ഭർത്താവിനോടും സഹോദരനോടുമൊപ്പം വനവാസം.

രാമായണം നായകപ്രധാനമായ കാവ്യമാണ്. ഇതിഹാസകാരൻതന്നെ അക്കാര്യം കാവ്യാരംഭത്തിൽ സൂചിപ്പിക്കുന്നുണ്ട്. ശ്ലോകങ്ങളിലൂടെ സർഗത്തിലേയ്ക്ക്, സർഗത്തിളിലൂടെ കാണ്ഡത്തിലേക്ക് ഇങ്ങനെയാണ് കാവ്യത്തിന്റെ ഘടന. യുദ്ധകാണ്ഡത്തിലെത്തുമ്പോൾ നായകനേക്കാൾ തിളക്കം നായികയ്ക്കുള്ളതായി വായനക്കാർക്കനുഭവപ്പെടും. യുദ്ധകാണ്ഡത്തിനൊടുവിൽ ഫലശ്രുതിയും കഴിഞ്ഞ് കാര്യം സമാപിച്ചുവെന്ന് കരുതുമ്പോഴാണ് ഉത്തരകാണ്ഡം കടന്നുവരുന്നത്. വാല്മീകി രാമായണത്തിൽ ഉത്തരകാണ്ഡം അപ്രധാനമാണെന്നർഥം. സീതാപരിത്യാഗമാണ് അതിലെ പ്രധാന പ്രമേയം.

രാമായണം ഉത്തരകാണ്ഡത്തിലെ സീതാപരിത്യാഗത്തെ പ്രമേയമായെടുത്ത് മഹാകവി കുമാരനാശാൻ രചിച്ചകാവ്യമാണ് 'ചിന്താവിഷ്ടയായ സീത'. വാല്മീകിയുടെ സീതയും ആശാന്റെ സീതയും തമ്മിലുള്ള അന്തരം സഹസ്രാബ്ദങ്ങളുടേതാണ്. വാല്മീകിരാമായണമെഴുതിയിരിക്കുന്നത് സംസ്കൃതത്തിലാണ്. കുമാരനാശാൻ മലയാളത്തിലും.

സംസ്കൃതഭാഷയിൽ എഴുതിയിരുന്നെങ്കിൽ കാലാന്തരത്തിലുണ്ടായ ഒരു അനുബന്ധമെന്നരീതിയിൽ കാലം അതിനെ വിലയിരുത്തിയേനെ.

സരയൂനദിയുടെതീരത്ത് ആചാരാനുഷ്ഠാനസമ്പൂർണമായ അശ്വമേധം നടത്തി. തുടർന്ന് ദശരഥമഹാരാജാവിന്റെ പ്രത്യേകമായ അഭ്യർഥനയെമാനിച്ച് ഋശ്യശൃംഗൻ അഥർവവേദത്തിലെ മന്ത്രമുപയോഗപ്പെടുത്തി ഒരു ഇഷ്ടി വീണ്ടും നടത്തി, അഗ്നിപ്രസാദംകൊണ്ട് ലഭിച്ച പായസത്തിൽനിന്ന് നാലു ദാശരഥിമാരുണ്ടായി. സരയൂതീരത്തെ അഗ്നിയിൽനിന്നും സരയൂവിലേക്ക്. അതാണല്ലോ രാമന്റെ അയനം. സീതയുടേതാകട്ടെ ഭൂമിയിൽനിന്ന് തുടങ്ങി. മടങ്ങിയതും ഭൂമിയിലേക്കു തന്നെ.

ദശരഥമഹാരാജാവിന്റെ പട്ടമഹിഷിയാണ് കോസലരാജകുമാരിയായിരുന്ന കൗസല്യ. അദ്ദേഹത്തിന് രണ്ട് പത്നിമാർ കൂടിയുണ്ടായിരുന്നു. കൈകേയിയും സുമിത്രയും. താരുണ്യവതിയായ കൈകേയിതന്നെ ഇഷ്ടവധു. അവർ ഇഷ്ടതോഴിയായ മന്ഥരയോടൊന്നിച്ചാണ് അയോധ്യയിൽ കുടിവയ്ക്കാനെത്തിയത്. മന്ഥരയ്ക്ക് കൂനുണ്ടായിരുന്നു. അതുകൊണ്ടാവണം ഇതിഹാസകാരൻ 'മന്ഥര' എന്നപേർ അവർക്ക് നൽകിയത്.

ദശരഥന്റെ മൂത്തപുത്രനാണ് കൗസല്യാറാണിയിൽ പിറന്ന രാമൻ. രാമൻ ഏവർക്കും പ്രിയപ്പെട്ടവനായിരുന്നു. രാജമാതാക്കൾക്കും നാട്ടുകാർക്കുമെല്ലാം. കൈസല്യ തന്റെ മകന് പതിനേഴ് വയസ്സുതികയുന്നതുവരെ നാളുകളെണ്ണിക്കഴിയുകയായിരുന്നു.

കുലഗുരുവായ വസിഷ്ഠനോട് മാത്രം ആലോചിച്ചുകൊണ്ടാണ് ദശരഥൻ രാമനെ യുവരാജാവാക്കാൻ തീരുമാനിച്ചത്. പിറ്റേദിവസം നടക്കേണ്ടുന്ന യൗവരാജ്യാഭിഷേകത്തിനുള്ള ഒരുക്കങ്ങൾ മന്ഥരയിൽ സംശയം ജനിപ്പിച്ചു. ഇരുമെയ്യാണെങ്കിലും ഒറ്റമനസ്സായികഴിയുന്നവരാണ് കൈകേയിയും ദശരഥനും. ആ ബന്ധത്തിന് ഉലച്ചിൽ സംഭവിക്കാൻ പോകുന്നതായി അവൾ ഭയപ്പെട്ടു. കാരണം, കൈകേയീസുതനായ ഭരതൻ കേകയരാജ്യത്തായിരിക്കുന്ന സമയത്താണ് തിരക്കിട്ട് അഭിഷേകം നിശ്ചയിക്കപ്പെട്ടിരിക്കുന്നത്. തോഴിയുടെ ഉപദേശത്തിനു വഴങ്ങി വയോവൃദ്ധനും കാമമോഹിതനുമായ അയോധ്യാധിപതിയുടെ മുമ്പാകെ കൈകേയി കഴിഞ്ഞുപോയ ഒരു സംഭവത്തിന്റെ പേരിൽ ശുല്കംവച്ചു. നിശ്ചയിക്കപ്പെട്ട അഭിഷേകം നടത്താൻ പാടില്ല. രാമനു പകരം ഭരതനെ യുവരാജാവാക്കണം. അഭിഷേകം നിഷേധിക്കപ്പെട്ടരാൻ പതിനാലുവർഷം വനവാസം ചെയ്യണം. മഹാരാജാവിന്റെ വൃദ്ധമനസ്സിന് താങ്ങാനാവുന്നതിനുമപ്പുറമായിരുന്നു കൈകേയിയുടെ ശുല്കം.

ആളയയ്ക്കപ്പെട്ടതിന്റെ അടിസ്ഥാനത്തിൽ അവിടെ എത്തിയ രാമനോട് കൈകേയിതന്നെ കാര്യങ്ങൾ വിശദീകരിച്ചുപറഞ്ഞു. കൈകേയിമാതാവിൽനിന്നറിഞ്ഞ മഹാരാജാവിന്റെ കല്പന ശിരസാ വഹിക്കാൻ രാമൻ തയ്യാറായി. ഒരു ദുഃഖം മാത്രം അപ്പോൾ രാമനിൽ അവശേഷിച്ചു. മഹാരാജാവ് തന്നോട് ഒന്നും പറഞ്ഞില്ലല്ലോ. അത് പ്രകടമാക്കുകയും ചെയ്തു.

കൈകേയീമാതാവിന് വാക്കുകൊടുത്തശേഷം രാമൻ നേരെപോകുന്നത് കൗസല്യാമാതിന്റെ സമീപത്തേക്കാണ്. വിവരമറിഞ്ഞ പട്ടമഹിഷി ദുഃഖിതയായി. താൻകൂടെ വനത്തിലേക്ക് പോരുകയാണെന്ന് പറഞ്ഞു. തന്നെ കൂടെ കൊണ്ടുപോയില്ലെങ്കിൽ പ്രായോപവേശം ചെയ്യുമെന്ന് ഭീഷണിപ്പെടുത്തി. നല്ലവാക്കുകൾ പറഞ്ഞും സാരോപദേശംചെയ്തും കൗസല്യാമാതാവിന്റെ കോപതാപങ്ങളെ ശമിപ്പിച്ചു. കോപാകുലനായ ലക്ഷ്മണനേയും സാന്ത്വനിപ്പിച്ചു.

സാനുജനായ രാമൻ തുടർന്ന് സീതയെ സമീപിച്ചു. വിവരമറിഞ്ഞ സീത രാമനോടൊന്നിച്ച് വനത്തിലേക്ക് പുറപ്പെടാൻ തയ്യാറായി. പത്തുവയസ്സുമാത്രം പ്രായമായ പെൺകുട്ടിയാണ് സീത. ഭർത്താവിനോടൊപ്പം ഭാര്യ. അതായിരുന്നു സീതയുടെ മനോഭാവം. രാമൻ അവിടെവച്ചാണ് ആദ്യമായി മനസ്സുതുറക്കുന്നത്. കാട്ടിലേക്ക് തന്നെ കൂട്ടിക്കൊണ്ട്പോകാൻ താൽപര്യമില്ലെന്നു മനസ്സിലാക്കിയ സീത ആത്മഹത്യാഭീഷണി മുഴക്കുകതന്നെ ചെയ്തു.

"അഥമാമേവമവ്യഗ്രാം
വനം നൈവ നയിഷ്യസേ
വിഷമദ്യൈവ പാസ്യാമി
മാവശം ദ്വിഷതാംഗമം.'
(അയോധ്യം - 30: 19)

(അവ്യഗ്രയായ അഥവാ ഉറച്ചുനിൽക്കുന്ന തന്നെ കൂടെ കൊണ്ടുപോയില്ലെങ്കിൽ ഇപ്പോൾതന്നെ വിഷം കഴിക്കുന്നതാണ്. താൻ ദ്വേഷികളുടെ വശത്തിൽ പെടുകയില്ല.) ഒടുവിൽ രാമന് വഴങ്ങേണ്ടിവന്നു. (ചിത്രകൂടത്തിൽ വച്ച് ലക്ഷ്മണന്റെ മുമ്പിലും പ്രമദവനത്തിൽവച്ച് പലതവണയും ഹനുമാന്റെ മുമ്പിലും സീത മരണത്തെക്കുറിച്ചു പറയുന്നുണ്ട്, അവസരത്തിന്റെ പ്രത്യേകതയനുസരിച്ച് പ്രത്യേകം പ്രത്യേകം അത് വിലയിരുത്തപ്പെടേണ്ടതുണ്ട്.) അതിന് രാമന്റെ മറുപടി ഇങ്ങനെയായിരുന്നു.

“നേദാനീം ത്വദ്രതേ സീതേ
സ്വർഗേപി മമരോചതേ”.
(അയോധ്യാ - 30:42)

(സീതേ നിന്നെക്കൂടാതുള്ള സ്വർഗംപോലും എനിക്ക് അഭികാമ്യമല്ല). തുടർന്ന് നീണ്ട പതിമൂന്ന് വർഷം അങ്ങനെ കടന്നുപോയി. രാവണനിഗ്രഹം സാധിച്ച് വിജയശ്രീലാളിതരായി രാമലക്ഷ്മണന്മാർ നിൽക്കുന്ന സമയം. രാമന്റെ ആജ്ഞയനുസരിച്ച് വിഭീഷണന്റെ നിർദേശപ്രകാരം ആനയിക്കപ്പെട്ട സീതയെ ശിബികയിൽ കണ്ടപ്പോൾ രാമൻ പകച്ചുപോയി. തടിവടിവിൽകാണായ പ്രത്യേകത രാമനെ ചിന്താധീനനാക്കി. സംശയത്തിന്റെ കരിനിഴൽ ദാമ്പത്യത്തിന്റെ വെണ്മയിൽ ഒരിക്കൽ പതിഞ്ഞാൽ പിന്നെ അനന്തരഫലം എങ്ങനെയെല്ലാമാവാമെന്ന് ഋഷികവി തുടർന്നുകാണിക്കുന്നു.

അയോധ്യയിലെ രാജാവായ രാമൻ നടത്തുന്ന അശ്വമേധം. അതിൽ പങ്കെടുക്കാൻ തന്റെ രണ്ട് പൊന്നോമനകളായ കുശനുംലവനും വാല്മീകിമഹർഷിയോടൊപ്പം പോയിരിക്കുന്നു. വാല്മീകിതന്നെ രചിച്ച് തന്ത്രീലയസമന്വിതമായി പാടാൻ അവരെ പഠിപ്പിച്ച രാമായണകാവ്യവുമായാണവർ പോയിരിക്കുന്നത്. യാഗം നടക്കുന്നത് ഗോമതീനദിയുടെ തീരത്തുള്ള നൈമിശാരണ്യത്തിലാണ്. എവിടെയാണ് വാല്മീകിയുടെ ആശ്രമം? രാമായണത്തിൽനിന്ന് കൃത്യമായ ഉത്തരമില്ലെങ്കിലും ആശാന്റെ സീതാകാവ്യം ആസ്വദിക്കുന്നതിന് അത് ആവശ്യമാണ്.

സീതാരാമലക്ഷ്മണന്മാർ പരിവാരസമേതം പുറപ്പെട്ട് ആദ്യരാത്രി കഴിച്ചുകൂട്ടിയത് തമസാനദിയുടെ തീരത്താണല്ലോ. അതുകഴിഞ്ഞ് തമസയുടെ പോഷകനദിയായ വേദശ്രുതി. പിന്നെ ഗോമതീനദി. അതിനേയും തരണം ചെയ്ത് ദക്ഷിണദിക്കിനെ ലക്ഷ്യമാക്കി പോകുമ്പോഴാണ് ഗംഗാനദിയുടെ ഉത്തരതീരം ശൃംഗിവേരപുരം. നിഷാദരാജാവായ ഗുഹന്റെ രാജ്യം. അവിടെയാണ് രണ്ടാമത്തെ രാത്രികഴിച്ചുകൂട്ടിയത്. അതായത് അയോധ്യയിൽനിന്നും വാല്മീകിയുടെ ആശ്രമത്തിലേക്ക് ഒരു ദിവസത്തെ ദൂരം. അവിടെനിന്നും ഗംഗയുടെ ഉത്തരതീരത്തേക്കും ഒരു ദിവസത്തെ ദൂരം. ഇതിനിടയിലെ ഗോമതീനദീതീരത്താണ് നൈമിശാരണ്യം. അവിടെയാണ് അശ്വമേധം നടത്തുന്നത്.

അയോധ്യാരാജാവ് നടത്തുന്ന അശ്വമേധയാഗത്തിൽ പങ്കെടുക്കുവാൻ മഹർഷിയോടൊപ്പം പോയിരിക്കുന്നസമയത്ത് ഒരു ദിവസം ചിന്താഗ്രസ്തയായ സീത ഉടജാന്തത്തിലുള്ള ആശ്രമവാടിയിൽ അന്തിനേരത്ത് ഏകയായിരുന്നു ചിന്തിക്കുന്നതാണ് കാവ്യത്തിലെ വിഷയം.

ദിവസങ്ങൾ നീണ്ടുനിൽക്കുന്നതാണ് അശ്വമേധം. പ്രത്യേകം ക്ഷണിക്കപ്പെട്ട വാല്മീകി കുശലവന്മാരോടുകൂടി പുറപ്പെട്ടിട്ട് നാളുകളായെന്നുകണക്കാക്കണം. ദിവസങ്ങളത്രയും ഏകാന്തതയും അസ്വാസ്ഥ്യവും അനുഭവിക്കുകയായിരുന്ന മൈഥിലി എന്നും മനസ്സിലാക്കണം. മിഥിലയുടെ പുത്രി പ്രകൃതിയൊരുക്കിയ സിംഹാസനത്തിലാണ് ഇരിക്കുന്നത്. മുകളിൽ പൂവാകവിതിർത്ത ശാഖകളാകുന്ന പന്തൽ. കീഴെ ഹരിനീല തൃണങ്ങൾ തീർത്ത പട്ട്. വിടപങ്ങളൊത്ത കൈകൾ തുടമേൽ വച്ച് ആശ്രമഅന്തേവാസിനിയായിത്തന്നെയാണ് ഇരിക്കുന്നത്. സമയം ഏറെ കഴിഞ്ഞു. സൂര്യൻ അസ്തമിച്ചു. ചന്ദ്രൻ ഉദിച്ചുയർന്നു. ഇതൊന്നും ചിന്തയിലാണ്ട അവനീശ്വരി അറിഞ്ഞില്ല; അവിടെ താൻ ഒറ്റയ്ക്കാണ് ഇരിക്കുന്നതെന്നുപോലും.

"ഒരു നിശ്ചയമില്ലയൊന്നിനും
വരുമോരോദശ വന്നപോലെപോം
വിരയുന്നു മനുഷ്യനേതിനോ
തിരിയാ ലോകരഹസ്യമാർക്കുമേ."

ജീവിതം അങ്ങനെയാണ്. ഒന്നും മുൻകൂട്ടികണക്കാക്കാൻ കഴിയുകയില്ല. എല്ലാം വിധിപോലെ നടക്കും. ഒന്നും നമ്മുടെ വരുതിയിലല്ലല്ലോ. ലോകരഹസ്യം ആർക്കും കണ്ടെത്താൻ കഴിയുകയില്ല. ജീവിതം സുഖദുഃഖസമ്മിശ്രമാണ്. മനുഷ്യന് വിശേഷബുദ്ധിയുണ്ട്. അവനെ അപേക്ഷിച്ച് മറ്റുജന്തുക്കൾക്ക് ദുഃഖങ്ങൾക്കും ദുരിതങ്ങൾക്കും അവസരങ്ങൾ വളരെ കുറവാണ്. അവ വന്നുപെട്ടാൽതന്നെയും ഉടനെതന്നെ മനസ്സിൽ നിന്നു മാഞ്ഞുപോവുന്നു. എന്നാൽ മനുഷ്യന്റെ കാര്യം അങ്ങനെയല്ല. മാനക്കേട്. അത് അസഹ്യമാണ്. അത് വരുത്തിവയ്ക്കുന്ന ദുഃഖം മനസ്സിൽ നിന്നും ഒഴിഞ്ഞുപോവുകയില്ല. മനുവിന്റെ കർമപദ്ധതിയിൽനിന്ന് മൈഥിലിയുടെ മനസ്സ് പുറത്തുകടക്കുകയാണ്.:

"പ്രജനാർഥം സ്ത്രീയഃ സൃഷ്ടാഃ
സന്താനാർഥം ച മാനവാഃ
തസ്മാത് സാധാരണോ ധർമഃ
ശ്രുതൌ പത്ന്യാ സഹോദിതഃ
(മനുസ്മൃതി - 9: 96)

(സ്ത്രീകൾ സൃഷ്ടിക്കപ്പെട്ടിരിക്കുന്നത് ഗർഭംധരിക്കുന്നതിനുവേണ്ടിയാണ്. പുരുഷന്മാർ അവരിൽ ഗർഭം നൽകുന്നതിനും. അതുകൊണ്ട് പുരുഷന് പത്നിയോട് ചേർന്ന് പൊതുവായിട്ടാണ് വേദങ്ങളിൽ ധർമങ്ങൾ വിധിച്ചിരിക്കുന്നത്). പണ്ട് പ്രജാപതി നിർമിച്ച നിയമം കൂടി ഇവിടെ ചേർത്ത് ചിന്തിക്കേണ്ടതുണ്ട്.

"ന നിഷ്ക്രയ വിസർഗാഭ്യാം
ഭർത്തുർ ഭാര്യാ വിമുച്യതേ
ഏവം ധർമം വിജാനീമഃ
പ്രാക് പ്രജാപതി നിർമിതം."
(മനുസ്മൃതി - 9: 46)

(വിൽപനചെയ്താലും ഉപേക്ഷിച്ചാലും ഭാര്യഭർത്താവിൽനിന്ന് വിമോചിതയാകുന്നില്ല. ഇത് പണ്ട് പ്രജാപതി നിർമിച്ച നിയമമാണെന്ന് മനസ്സിലാക്കുന്നു.)

ശരീരത്തിന്റെ വാമഭാഗം അഥവാ ഇടതുഭാഗം സ്ത്രീയും ദക്ഷിണഭാഗം അഥവാ വലതുഭാഗം പുരുഷനുമാണെന്നാണ് വിശ്വാസശാസ്ത്രം. സ്ത്രീയുടെ ഇടതുഭാഗവും പുരുഷന്റെ വലതുഭാഗവും തുടിക്കുന്നത് ഭാവി ശുഭസൂചനയാണ്. സീതയുടെ ഇടതുതോൾ പുഴപോലെ തുടിക്കുകയാണ്. അത് നിശ്ചയമായും സംഭവിക്കാനിടയുള്ള ശുഭകാര്യത്തിന്റെ സൂചനയാണ്. മുനി രചിച്ചകാവ്യം കുശീലവന്മാർ പാടി രാമൻ കേട്ടിരിക്കാം. അവരെ തിരിച്ചറിഞ്ഞിരിക്കാം. അതിന്റെ ഫലമായിതന്നെ തിരികെവിളിച്ചിരിക്കാം. നിഴലിനുപിന്നാലെ പായുന്ന പൈതൽകണക്കെ സുഖഭോഗങ്ങളുടെ പിന്നാലെപോകാൻ ഇനിയാവില്ല. ഇടതുതോൾ തുടിക്കുന്നത് വെറുതെയാണ്. പൂർണഗർഭിണിയും ദാശരഥിയാൽ പരിത്യക്തയുമായ സീത. അനാഥത്വത്തിന്റെ അഗാധഗർത്തത്തിലേക്ക് പതിക്കുമ്പോൾ കാതിൽവന്നലച്ചശബ്ദം.

"നികടത്തിൽ മദീയമാശ്രമം
മകളേ പോരികതോർക്ക നിൻഗൃഹം."

എന്ന മഹർഷിപുംഗവന്റെ വാക്കുകൾ. "എന്റെ ആശ്രമം തൊട്ടടുത്താണ്. മകളേ വരൂ. നമുക്ക് അങ്ങോട്ട് പോകാം. അത് നിന്റെ വീടുതന്നെയാണെന്ന് കരുതുക." പിതൃവാത്സല്യത്തിന്റെ പെരുമഴ. ആശ്രമത്തിൽവച്ച് മൈഥിലി രണ്ടുകുട്ടികൾക്ക് ജന്മം നൽകി. വാല്മീകിയുടെ നിർദേശമനുസരിച്ച് കുശത്തിന്റെ അഗ്രഭാഗംകൊണ്ട് തുടച്ചവനെ കുശനെന്നും ലവഭാഗംകൊണ്ട് തുടച്ചവനെ ലവനെന്നും നാമകരണം ചെയ്തു. തുടർന്ന് നീണ്ട പന്ത്രണ്ടുവർഷത്തെ ആശ്രമജീവിതം. ശാന്തികളിയാടുന്ന ആശ്രമാന്തരീക്ഷം. കുട്ടികളുടെ കളിയും ചിരിയും.

ത്രേതായുഗത്തിനും മുമ്പേ ജീവിച്ച മനുവിനും ത്രേതായുഗത്തിൽ ജീവിച്ച വാല്മീകിമഹർഷിക്കും മനസ്സിലാക്കാൻ കഴിയാതെപോയ ഒരു കാര്യമുണ്ട്.

"............മാനഹേതുവാ-
ലൊഴിയാതാർത്തി മനുഷ്യനേവരു.
.............അവമാനശല്യമേ-
യൊഴിയാതുള്ള വിവേകശക്തിയാൽ."

മാനക്കേട്! അതിന്റെ ശക്തിമനസ്സിലാക്കാൻ മലയാളത്തിന്റെ ഒരു മഹാകവിവേണ്ടിവന്നു. അതിന്റെ ഫലമാണ് 'ചിന്താവിഷ്ടയായ സീത' ത്രേതായുഗത്തിന്റെ ശരീരപ്രകൃതിയും വേഷവിധാനവുമുണ്ടെങ്കിലും ഇരുപതാം നൂറ്റാണ്ടിലെ നവോത്ഥാനത്തിന്റെ മനസ്സുള്ളസീത.

"സംയോഗാ വിപ്രയോഗാന്താ
മരണാന്തം ഹി ജീവിതം."

എന്നാണല്ലോ മഹാഭാരതം പറയുന്നത്. അങ്ങനെ പരിശോധിക്കുമ്പോൾ ദാശരഥിമാരുടേയും മൈഥിലിയുടേയും മരണാന്തമായ ജീവിതമാണ് രാമായണം. രാമായണത്തിലെ നായകനാണ് രാമൻ. ഒരു സാഹിത്യഗ്രന്ഥം എന്ന നിലയിൽ വിലയിരുത്തുമ്പോൾ ഗ്രന്ഥസമാപ്തിയിൽ വായനക്കാരന്റെ മനസ്സിൽ നിറഞ്ഞുനിൽക്കുന്ന കഥാപാത്രം സീതയാണ്. മൈഥിലിയായ സീത. സീതയെസംബന്ധിച്ചിടത്തോളം ആചാരാനുഷ്ഠാനങ്ങൾകൊണ്ട് അനുജനും കർമയാഥാർഥ്യങ്ങൾകൊണ്ട് സഹോദരനുമാണ് ലക്ഷ്മണൻ. അയോധ്യയിൽനിന്ന് ചിത്രകൂടത്തിലേക്കും അവിടെനിന്ന് പഞ്ചവടിയിലേക്കുമുള്ള യാത്രയിലും ലങ്കയിലെ ദുരനുഭവങ്ങളിലും തുടർന്ന് അയോധ്യയിൽനിന്ന് വാല്മീകിയുടെ ആശ്രമത്തിലേയ്ക്കുള്ള യാത്രയിലും ആ സാഹോദര്യം മൈഥിലി അനുഭവിച്ചറിഞ്ഞതാണ്.

ദണ്ഡകാരണ്യത്തിലേക്കുള്ള യാത്രയിൽ ഗുരുജനങ്ങളോട് യാത്ര ചൊല്ലി അനുഗ്രഹം വാങ്ങുന്ന ഒരു ചടങ്ങുണ്ട്. സീതാരാമസമേതനായ ലക്ഷ്മണൻ തന്റെ പെറ്റമ്മയുടെ അനുഗ്രഹംവാങ്ങുന്നചടങ്ങ്. സുമിത്ര തന്റെ മകന് യാത്രാനുമതി നൽകി അനുഗ്രഹം നൽകുന്നഭാഗം. അതു പ്രസിദ്ധമാണ്.

"രാമംദശരഥം വിദ്ധി
മാംവിദ്ധി ജനകാത്മജാം
അയോധ്യാമടവീംവിദ്ധി
ഗച്ഛതാതയഥാസുഖം."
(വാ. രാ. - 40:9)

(രാമനെ ദശരഥനെന്ന് ചിന്തിക്കണം. സീതയെ അമ്മയായി കരുതണം. അടവിയെ അയോധ്യയാണെന്നും ചിന്തിച്ചുകൊണ്ട് ഉണ്ണീ പോയിവരു.) ഇതിന് സീതാരാമന്മാർ സാക്ഷിയാണ്. തുടർന്നുള്ള

പതിനാലു വർഷത്തെ ജീവിതം ഈ മാതൃവാക്യത്തെ പ്രമാണമാക്കി യായിരുന്നു. തുടർന്ന് ദണ്ഡകാരണ്യത്തിലേക്കുള്ള യാത്ര. ആദ്യരാത്രി കഴിച്ചുകൂട്ടിയത് തമസാനദിയുടെ തീരത്തായിരുന്നുവല്ലോ. രാമൻ ലക്ഷ്മണനോട് പറയുന്നത് ഇങ്ങനെയാണ്:

"ത്വയാകാര്യം നരവ്യാഘ്ര
മാമനുവ്രജതാ കൃതം
അന്വേഷ്ടവ്യാ ഹി വൈദേഹ്യാ
രക്ഷണാർത്ഥം സഹായതാ."
(അയോധ്യ - 46:9)

(എന്നോടൊപ്പം പോന്ന നീ ചെയ്യേണ്ടതുതന്നെയാണ് ചെയ്തത്. വൈദേഹിയുടെ സംരക്ഷണത്തിനു തുണ ആവശ്യമാണല്ലോ). മാതാവിന്റെ ഉപദേശത്തിനും ഭർത്താവിന്റെ അഭ്യർഥനയ്ക്കും സീതതന്നെ സാക്ഷി.

സീത പത്തുവയസ്സുമാത്രം പ്രായമുള്ള കുട്ടിയാണ്. രാമനും ലക്ഷ്മണനും തുല്യപ്രായക്കാരാണ്. രാമന്റെ ഭാര്യ സീത തങ്ങളോ ടൊപ്പമാണെങ്കിൽ ലക്ഷ്മണന്റെ ഭാര്യ ഊർമിള അയോധ്യയിലാണ്. സീതാരാമന്മാരെ സംരക്ഷിക്കുക. രാമന്റെ ഉത്തരവ് അനുസരിക്കുക. ലക്ഷ്മണന് അതൊരുവ്രതമാണ്. തമസാനദിയുടെ തീരത്തുവച്ച് അത് ആരംഭിക്കുന്നു. ഒരു അനുഷ്ഠാനം! സീതയെ സംബന്ധിച്ചിടത്തോളം അതിനുപ്രേരണയാകുന്നതും അതേതീരത്തുവച്ചാണ്..

"പുരികം പുഴപോൽ പിടഞ്ഞകം
ഞെരിയും തൻതലതാങ്ങി കൈകളാൽ
പിരിയാനരുതാഞ്ഞുകണ്ണുനീർ
ചൊരിയും ലക്ഷ്മണനെ സ്മരിപ്പുഞാൻ."

ഇവിടെ കണ്ണുനീർ ചൊരിയുന്ന ലക്ഷ്മണൻ സീതയ്ക്ക് തമ്പിയാണ്. ലക്ഷ്മണനെന്ന് പേര് ചൊല്ലിസ്മരിക്കുകയും ചെയ്യുന്നുണ്ട്. തന്നേക്കാൾ പ്രായമേറിയ ഭർതൃസഹോദരനെ ഭാരതസ്ത്രീകൾ പേര് ചൊല്ലി വിളി ക്കാറില്ല. 'നിനയായ്‌വാൻ പണി തമ്പി നിന്മുഖം' എന്നിങ്ങനെയാണ് സീത ചിന്തിക്കുന്നത്. പന്ത്രണ്ടുവർഷം മുമ്പുള്ള പതിനാലുവർഷത്തെ ജീവിതാനുഭവങ്ങൾ. വനപത്തനഭേദമെന്യേ ഒന്നിച്ചുകഴിഞ്ഞവർഷ ങ്ങൾ! സീതാ പരിത്യാഗത്തിന് വാല്മീകിയുടെ തപോവനത്തിലെത്തിയ പ്പോഴുള്ള പ്രതികരണങ്ങൾ. എല്ലാം ഈ സമയത്ത് മനോമുകരത്തിൽ തെളിഞ്ഞുവന്നിരിക്കണം.

കൈകൂപ്പിക്കൊണ്ട് ഒഴുകുന്ന കണ്ണുനീരോടുകൂടി ലക്ഷ്മണൻ വൈദേഹിയോട് പറഞ്ഞു. "ബുദ്ധിമാനായ ജ്യേഷ്ഠൻ എന്റെ ഹൃദയത്തിൽ ഒരു അമ്പുതറച്ചിരിക്കുകയാണ്. അതുകൊണ്ട് ദേവീ ഞാൻ ലോകത്തിനുമുഴുവൻ നിന്ദിക്കത്തക്ക ഒരുവനായിത്തീർന്നിരിക്കുന്നു. ഇപ്പോഴെനിക്ക് ശ്രേയസ്കരമായിട്ടുള്ളതു മരണമാണ്. നിന്ദ്യമായ ഈ പ്രവൃത്തിക്കു ഞാൻ നിയോഗിതനായിരിക്കുന്നു. ദേവീ! ഇതിന്റെ പേരിൽ എന്നെ കുറ്റപ്പെടുത്തരുതേ.! എന്നിൽ പ്രസാദിക്കേണമേ'' കൂപ്പുകൈയോടെ ലക്ഷ്മണൻ ഭൂമിയിൽ വീണു.

ഇതുകണ്ട് നടുക്കത്തോടെ മൈഥിലി ചോദിച്ചു. 'ഇതെന്താണ്? കാര്യം പറയൂ, എന്താണ്?'

"വൈദേഹ്യാ ചോദ്യമാനസ്തു
ലക്ഷ്മണോ ദീനചേതനഃ
അവാങ്മുഖോ ബാഷ്പഗളോ
വാക്യമേതദുവാചഹ."
(വാ. രാ.- ഉത്തര -47:10)

(വൈദേഹി ഇങ്ങനെ നിർബന്ധപൂർവം ചോദിച്ചപ്പോൾ ദീനചേതനനായ ലക്ഷ്മണൻ അവാങ്മുഖനായി കണ്ണുനീരൊഴുക്കിക്കൊണ്ട് ഒരു വിധത്തിൽ ഇപ്രകാരം പറഞ്ഞു.)'' വിദേഹജേ, രാജസദസ്സിൽവച്ച് നഗരത്തിലും, ജനപദങ്ങളിലും ചില അപവാദങ്ങൾ ഭവതിയെക്കുറിച്ച് പ്രചരിക്കുന്നുവെന്ന് കേൾക്കാനിടയായി. ആ അപവാദത്തിലെ വാക്കുകൾ ഭവതിയുടെ മുമ്പിൽ പറയാൻ എനിക്ക് ആവുകയില്ല. ആ അപവാദംമൂലം രാജാവ് ഭവതിയെ വെടിഞ്ഞിരിക്കുകയാണ്. അതുകൊണ്ട് ആശ്രമപരിസരത്ത് എനിക്ക് ഭവതിയെ ത്യജിക്കേണ്ടിവന്നിരിക്കുന്നു.''

ഇതുകേട്ട മൈഥിലി ബോധംകെട്ട് നിലംപതിച്ചു. ബോധം തെളിഞ്ഞപ്പോൾ താൻ ദുഃഖത്തിനായി സൃഷ്ടിക്ക്പ്പെട്ടവളാണെന്ന് പരിതപിച്ചു. പണ്ട് താൻ ഈ ആശ്രമത്തിൽ വന്നിട്ടുണ്ട്. അത് രാമപാദാനുവർത്തിയായിട്ടായിരുന്നു. ഇന്നീ അവസ്ഥയിൽ മുനിമാരോട് തനിക്കെന്താണ് പറയാൻ കഴിയുക?എന്തു കാരണത്താലാണ് താൻ ത്യജിക്കപ്പെട്ടതെന്ന് പറയുക ? ഭർത്താവിന്റെ വംശതന്തു ഉള്ളിലേന്തുന്ന തനിയ്ക്ക് ഗംഗാജലത്തിൽ ജീവിതം ത്യജിക്കുവാനും കഴിയുകയില്ലല്ലോ. ലക്ഷ്മണാ, "ഞാൻ ഗർഭിണിയാണെന്ന വസ്തുതനോക്കി മനസ്സിലാക്കി ഭവാൻ പോയാലും!"

സീതയുടെ വാക്കുകൾ കേട്ട ലക്ഷ്മണനുണ്ടായ ദുഃഖം അയാൾക്ക് സഹിക്കാൻ കഴിയുന്നതിലപ്പുറമായിരുന്നു. അയാൾ

ശിരസ്സ്ഭൂമിയിൽതൊട്ട് സീതയെ വന്ദിച്ചു. പിന്നീട് സീതയെ പ്രദക്ഷിണംവച്ചു. പിന്നെ ഉറക്കെകരഞ്ഞു. പിന്നേയും കുറേനേരം ചിന്തിച്ചുനിന്നു. ഒടുവിൽ ഒരുവിധത്തിൽ ഇങ്ങനെ പറഞ്ഞൊപ്പിച്ചു. "ശോഭനേ! എന്നോട് എന്താണ് ഭവതി പറയുന്നത്? മുമ്പും ഭവതിയുടെ ശരീരത്തെ ഞാൻ നോക്കിയിട്ടില്ല. പാദങ്ങളെമാത്രമേ കണ്ടിട്ടുള്ളൂ. ഇപ്പോൾ എങ്ങനെയാണ് എനിക്കതിനാവുക? ഇപ്രകാരം പറഞ്ഞിട്ട് വീണ്ടും നമസ്കരിച്ചിട്ട് അയാൾ തോണിയേറിയാത്രയായി. വേർപിരിഞ്ഞുപോകാനാവാതെ വീണ്ടുംവീണ്ടും തിരിഞ്ഞുനോക്കിക്കൊണ്ട് പോകുന്ന ലക്ഷ്മണനെ സീത ദുഃഖത്തോടെ നോക്കിനിന്നു. ഈ സ്മരണ അയവിറക്കുമ്പോഴാണ് കുമാരനാശാന്റെ സീത തന്നേക്കാൾ ഏഴുവയസ്സ് പ്രായം കൂടുതലുള്ള ലക്ഷ്മണനെ 'തമ്പി' എന്ന് അഭിസംബോധന ചെയ്യുന്നത്.

തള്ളയുടെ മുന്നിൽനിന്ന് ദീനദീനം കരയുന്ന കുട്ടിയെപ്പോലുള്ള ലക്ഷ്മണന്റെ ഈ അവസ്ഥ സീത പ്രതീക്ഷിച്ചിരുന്നില്ലെന്നുവേണം കരുതാൻ.

"അതിധീരനമേയശക്തിയ-
മ്മതിമാനഗ്രജ ഭക്തനാവിധം
കദനം കലരുന്ന കണ്ടൊരെൻ
ഹൃദയം വിട്ടുഴൽ പാതിപോയിതേ."

ഹൃദയത്തിൽ തിങ്ങി നിറഞ്ഞുനിന്ന ദുഃഖം ലക്ഷ്മണന്റെ നിർവ്യാജമായ കരച്ചിലിൽ പാതിയും ഒഴിഞ്ഞുപോയി. ദുർജ്ജയനായ ഇന്ദ്രജിത്തുമായി പൊരുതുന്നതിനിടയിൽ രാമലക്ഷ്മണന്മാർ വധിക്കപ്പെട്ടുവെന്ന് കേട്ടപ്പോൾ ലക്ഷ്മണന് തന്റെ ഹൃദയത്തിലുള്ള സ്ഥാനം സീത അനുഭവിച്ചറിഞ്ഞതാണ്. ഇവിടെ സീത പൂർണഗർഭിണിയാണ്. ശൈശവം വിട്ടുമാറാത്തകുട്ടിയായി കേഴുകയാണ് ലക്ഷ്മണൻ. നീണ്ട പന്ത്രണ്ടുവർഷത്തിനുശേഷം ആ സ്മരണ മാതൃ-ശിശുസബന്ധത്തിലേക്ക് നയിക്കുന്നു. അത്കൊണ്ടാണ് 'തമ്പി' എന്ന് പറഞ്ഞുപോയത്. പതിമൂന്ന് വർഷംമുമ്പ് കാണിച്ച യൗവനത്തിന്റെ ഒരു ചാപല്യം. അതിനു കൊടുക്കേണ്ടിവന്ന വില. അന്ന് സൗമിത്രിപറഞ്ഞു:

"മൃഗോഹ്യേവംവിധോ രത്ന-
വിചിത്രോ നാസ്തിരാഘവ
ജഗത്യാം ജഗതീനാഥ
മായൈഷാഹി ന സംശയഃ"
(വാ. രാ. ആരണ്യ - 43: 8)

(ഇതുപോലെ രത്ന വിചിത്രമായ ഒരു മാൻ ഈ ലോകത്ത് ഉണ്ടാവുകയില്ല. ഇത് മായയാണ്, സംശയമില്ല.) എന്നാൽ തനിക്കത് ഉൾക്കൊള്ളാൻ കഴഞ്ഞില്ല. അതിന്റെ പിന്നിൽ മറഞ്ഞിരിക്കാനിടയുള്ള

അത്യാപത്തിലേക്ക് മനസ്സിനെ നയിക്കാൻ കഴിഞ്ഞില്ല. അത് അത്രമാത്രം തന്റെ മനസ്സിനെ ആകർഷിച്ചുകഴിഞ്ഞിരുന്നു. എങ്കിലും മനസ്സിന്റെ ഒരു കോണിൽ ഒരു ശങ്ക അവശേഷിച്ചിരുന്നില്ലേ? താൻ രാമനോട് പറഞ്ഞു.

"കാമവൃത്തമിദം രൗദ്രം
സ്ത്രീണാ മസദൃശം മതം
വപുഷാ ത്വസ്യസത്ത്വസ്യ
വിസ്മയോ ജനിതോ മമ."
(വാ. രാ. അരണ്യ -43: 21)

(അതിതീവ്രമായ ഇത്തരം അത്യാഗ്രഹം സ്ത്രീകൾക്ക് ചേർന്നതല്ല. എങ്കിലും ഈ ജന്തുവിന്റെ ആകാരഭംഗി എന്നെ വിസ്മയിപ്പിക്കുന്നു.) തനിക്ക് അതിനോടുള്ള താൽപര്യം കണക്കിലെടുത്ത് രാമൻ അതിനെ ബന്ധിക്കുവാൻ തയ്യാറായി. വാളുംവില്ലുമെടുത്ത് അതിന്റെ പിന്നാലെ പോകുന്നതിനുമുമ്പ് രാമൻ അനുജന് തന്റെ കാര്യത്തിൽ പ്രത്യേകശ്രദ്ധ ചെലുത്തുന്നതിന് ആവശ്യമായ നിർദേശങ്ങൾ നൽകിയിരുന്നു.

രാമൻ മാനിന്റെ പിന്നാലെ പുറപ്പെട്ട് ഏറെസമയം കഴിഞ്ഞപ്പോൾ തന്റെ പ്രിയതമന്റെ ഉച്ചത്തിലുള്ള കരച്ചിൽ കേട്ടു. "ഹാ! സീതേ ലക്ഷ്മണാ! താൻ അനുജനോട്:

"ആക്രന്ദമാനം തുവനേ
ഭ്രാതരംത്രാതുമർഹസി
തംക്ഷിപ്രമഭിധാവത്വം
ഭ്രാതരം ശരണൈഷിണം."
(വാ. രാ. ആരണ്യ - 45: 3)

(സഹായംതേടി അലറിക്കരയുന്ന ജ്യേഷ്ഠന്റെ സമീപത്തേക്ക് ഓടി ച്ചെല്ലൂ. അദ്ദേത്തെ രക്ഷിക്കൂ) ജ്യേഷ്ഠന്റെ ആജ്ഞമനസ്സിലുള്ള അനുജൻ താൻ പറഞ്ഞതിനെ വകവെച്ചില്ല പൊടുന്നനെ തന്റെ നാവിൽനിന്ന് പുറപ്പെട്ട വാക്കുകൾ! അത് തന്റെ നിയന്ത്രണത്തിലായിരുന്നില്ല. ലക്ഷ്മണൻ രാമന്റെ മിത്രരൂപത്തിലുള്ള ശത്രുവാണെന്നുപറഞ്ഞു. രാമൻ നശിച്ചുകാണാനാണ് ആഗ്രഹിക്കുന്നതെന്ന് കുറ്റപ്പെടുത്തി.

"ലോഭാത്തു മത്കൃതേന്ദ്രനം
നാനുഗച്ഛസി രാഘവം
വ്യസനം തേ പ്രിയം മന്യേ
സ്നേഹോഭ്രാതരി നാസ്തിതേ."
(വാ. രാ. ആരണ്യ - 45: 7)

(നീ രാമന്റെ പിന്നാലെപോകാത്തത് എന്നിൽ കൊതിയിരിക്കു ന്നതുകൊണ്ടാണ്. ജ്യേഷഠന് ആപത്ത് പിണയുന്നതിൽ നിനക്ക് സന്തോഷമേയുള്ളൂ. ജ്യേഷ്ഠനോട് നിനക്ക് അൽപംപോലും സ്നേഹ മില്ല) അനുജൻ തന്നോട് ദേഷ്യപ്പെട്ടില്ല. ജ്യേഷ്ഠന്ന് ആപത്തൊന്നും സംഭവിക്കില്ലെന്നും അദ്ദേഹം അജയ്യനാണെന്നും പറഞ്ഞ് തന്നെ ആശ്വസിപ്പിക്കാൻ ശ്രമിച്ചു. ജ്യേഷ്ഠൻ അവിടെ ഇല്ലാത്തനേരത്ത് ജ്യേ ഷ്ഠത്തിയെ വിട്ടുപോകാൻ സാധ്യമല്ലെന്ന് ശഠിച്ചു.

അതുതന്നെ കോപാന്ധയാക്കി. അനുജനുനേരെ പ്രയോഗിക്കാൻ പാടില്ലാത്തത്രപരുഷമായ വാക്കുകൾ തന്റെ നാവിൽനിന്ന് പുറത്തു ചാടി. അനാര്യ! ദുഷ്ട! കഠിനഹൃദയ! കുലാധമ! ഇത്യാദി. ദുഷ്ടനായ ലക്ഷ്മണൻ തങ്ങളോടൊപ്പം കഴിയുന്നത് തന്നെ കണ്ടിട്ടാണെന്ന് ആരോപിച്ചു. ധീരനും സുന്ദരനുമായ രാമനോടൊപ്പം കഴിഞ്ഞിട്ട് നിസ്സാരനായ ലക്ഷ്മണനെ താൻ കാമിക്കില്ലെന്നു പരിഹസിച്ചു. രാമ നെക്കൂടാതെ ഒരു നിമിഷംപോലും താൻ ജീവിക്കുകയില്ലെന്നും പറഞ്ഞു. അതിന് ലക്ഷ്മണന്റെ പ്രതികരണം അവന് താൻ ഈശ്വരിതന്നെയാ ണെന്നായിരുന്നു. തന്റെ വാക്കുകൾ ചുട്ടുപഴുത്ത നാരായംപോലെയാണ് കാതിൽ പതിക്കുന്നതെന്ന് അസഹ്യതയോടെ അറിയിച്ചു.

തന്നെ കൃതാഞ്ജലിയായി നമസ്കരിച്ചിട്ട് വീണ്ടുംവീണ്ടും തിരിഞ്ഞു നോക്കിക്കൊണ്ട് മനസ്സില്ലാമനസ്സോടെ രാമന്റെ സമീപത്തേക്ക് പോകുന്നതിനുമുമ്പ് അനുജനുതിർത്തവാക്കുകൾ ശാപമായിരുന്നോ? 'രാമന്റെ സമീപത്തേക്ക് പോവുകയാണ്' ഭവതിക്ക് നല്ലതുവരട്ടെ. എല്ലാ വനദേവതമാരും ഭവതിയെ രക്ഷിക്കട്ടെ.

ലക്ഷ്മണൻ സംശയിച്ചതുപോലെ തന്നെ സംഭവിച്ചു. രാമാനുജനായ ലക്ഷ്മണൻ പിന്നെ സീതയെകാണുന്നത് ലങ്കയിൽവച്ചാണ്. ആകാര വടിവിൽ സംശയംതോന്നിയരാമൻ ചപലവാക്യങ്ങളുച്ചരിച്ചപ്പോൾ ജാനകിയായ സീതയെ ലക്ഷ്മണൻ കണ്ടു. ദാശരഥിയായ ലക്ഷ്മണനും ജാനകിയായ സീതയും. സീതയുടെ കല്പന രാമന്റെ അനുജ്ഞയോടെ യാണെങ്കിലും നിറവേറ്റി. അഗ്നികുണ്ഡമൊരുക്കി. ഇന്ദ്രൻ ഉൾപ്പെടെയു ള്ള ദേവന്മാരുടെയും മഹർഷിമാരുടെയും സാന്നിധ്യത്തിലാണെങ്കിലും തികച്ചും രഹസ്യമായ ഒരഗ്നിപരീക്ഷ. അയോധ്യയിലെ ജനങ്ങളാരും അറിഞ്ഞിട്ടില്ല.

പഞ്ചവടിയിലെ പർണശാലയിലും വിഭീഷണന്റെ ലങ്കയിലും വച്ചു ണ്ടായ സംഭവങ്ങൾ. അവയെല്ലാം ഒരു നിമിഷത്തിൽ മുപ്പത്തിയാറുവ യസ്സുമാത്രം പ്രായമുള്ള ഒരു യുവതിയുടെ മനസ്സിലൂടെ കടന്നുവന്നാൽ

ഉണ്ടാകാവുന്ന അവസ്ഥ ഒന്നാലോചിച്ചുനോക്കൂ. മഹാകവി കുമാരനാശാൻ അതിനെ ഒരു ശ്ലോകത്തിലൊതുക്കി

"കനിവാർന്നനുജാ പൊറുക്ക ഞാൻ
നിനയാതോതിയ കൊള്ളിവാക്കുകൾ
അനിയന്ത്രിതമായ് ചിലപ്പൊഴീ-
മനമോടാത്ത കുമാർഗ്ഗമില്ലെടോ."

ഇവിടെ 'കനിവാർന്ന്' എന്ന വിശേഷണം 192 ശ്ലോകങ്ങൾകൊണ്ട് പൂർണമാകുന്ന ഈ കാവ്യത്തിലെ ഏറ്റവും ഗാംഭീര്യമാർന്ന, ഭാരമേറിയ, പരപ്പാർന്ന പദമായി അനുഭവപ്പെടുമ്പോൾ കവിക്കുള്ള വിശേഷണം അർഥവത്താകുന്നു! ആശയഗംഭീരൻ!

സീതാപരിത്യാഗം

പിതാവിന്റെ വാക്കുപാലിക്കുവാൻവേണ്ടി ചെങ്കോലും കിരീടവുമുപേക്ഷിച്ച് വനവാസത്തിനിറങ്ങിത്തിരിച്ച രാമന്റെ കഥയാണല്ലോ വാല്മീകി പറയാൻ തുടങ്ങുന്നത്. ഉത്തമനായ നരൻ ആരാണെന്ന ചോദ്യത്തിനുള്ള ഉത്തരമാണ് നാരദൻ പറഞ്ഞത്. രാവണനിഗ്രഹം സാധിച്ചതിനുശേഷം അയോധ്യയിൽ തിരിച്ചെത്തിയ രാമൻ പതിനോരായിരം വർഷം രാജ്യം ഭരിച്ചുവെന്നുവരെയാണ് നാരദൻ പറഞ്ഞുവച്ചത്.

"ദശവർഷ സഹസ്രാണി
ദശവർഷ ശതാനിച
രാമോരാജ്യമുപാസിത്വാ
ബ്രഹ്മലോകം പ്രയാസ്യതി."
(വാ. രാ. ബാല - 1: 97)

(ദശവർഷ സഹസ്രവും ദശവർഷശതവും രാജ്യോപാസന ചെയ്തിട്ട് രാമൻ ബ്രഹ്മലോകത്തെ പ്രാപിച്ചു.)

നാരദനിൽനിന്ന് ഗ്രഹിച്ച ഉത്തമപുരുഷന്റെ കഥയെ ബ്രഹ്മാവിന്റെ നിർദേശമനുസരിച്ച് കാവ്യരൂപത്തിലാക്കിയപ്പോൾ അത് സീതാപരിത്യാഗംവരെയായി. എന്ന് മാത്രമല്ല ഉത്തമപുരുഷന്റെ കഥ എഴുതാൻ തുടങ്ങിയ വാല്മീകി എഴുതിക്കഴിഞ്ഞപ്പോൾ അത് സീതയുടെ കഥയായി.

സൂര്യനും ചന്ദ്രനും രാശികളും നക്ഷത്രങ്ങളുമൊക്കെയുള്ള 'ജ്യോതിശാസ്ത്രം' വിശ്വാസാധിഷ്ഠിതമായി വളരെയേറെ വികസിച്ചിരുന്നെങ്കിലും കാലഗണനന ഇന്നത്തെപ്പോലെ അത്രകൃത്യമായിരുന്നുവെന്ന് വിചാരിക്കുവാൻ സാധ്യതകാണുന്നില്ല. ഇന്നത്തെ വാരവും, പക്ഷവും, നക്ഷത്രങ്ങളും, മാസങ്ങളും, ഋതുക്കളുമൊക്കെ കണക്കിലെടുത്തുകൊണ്ട് രാമായണത്തിലെ കാലഗണനയെ വിലയിരുത്താൻ ശ്രമിക്കുന്നത്

ശരിയായിരിക്കുകയില്ല. രാവണനെ നിഗ്രഹിച്ചശേഷം പതിനോരായിരം വർഷം രാമൻ രാജ്യംഭരിച്ചു എന്ന് പറയുമ്പോൾ അതിനെ അവിശ്വസിക്കേണ്ടതില്ല. കാരണം അന്നത്തെ കാലഗണനയാണ്. ലോകംമുഴുവൻ അംഗീകരിച്ച ഗ്രിഗോറിയൻ കലണ്ടർപോലെ ലങ്കയ്ക്കും അയോധ്യയ്ക്കും സമ്മതമായ ഒരു കാലഗണനാ സംവിധാനം അക്കാലത്ത് നിലവിലുണ്ടായിരുന്നുവെന്ന് വിശ്വസിക്കാൻ ആർക്കാനും സാധിക്കുകയില്ലല്ലോ. വേനലും, മഞ്ഞും, മഴയുമെല്ലാം ഇന്നെന്നപോലെ അന്നും സമയമാപിനിയോ കാലമാപിനിയോ അനുസരിച്ചായിരുന്നിരിക്കില്ല അനുഭവപ്പെട്ടിരുന്നത്.

സീതയെ രാവണൻ അപഹരിച്ചുകൊണ്ടുപോകുമ്പോൾ സീതഗർഭിണിയായിരുന്നുവോ? വാല്മീകി വ്യക്തമായൊന്നും പറയുന്നില്ല. എന്നാൽ ഗർഭിണിയായിരുന്നുവെന്നുവേണം അനുമാനിക്കാൻ. എത്രമാസം എന്ന ചോദ്യത്തിനിവിടെ പ്രസക്തയില്ല. മഹാഭാരതത്തിലെ ഗാന്ധാരി എത്രകാലമാണ് കൗരവരെ ഗർഭത്തിൽ വഹിച്ചത്. അന്നും ഇന്നും പ്രകൃതിക്ക് തെറ്റുസംഭവിക്കുകയില്ല.

രാമരാവണയുദ്ധം. രാവണൻ വധിക്കപ്പെട്ടു. രാമൻ വിഭീഷണനെ ലങ്കയുടെ രാജാവായി അഭിഷേകം ചെയ്തു. ലങ്കാധിപതിയെന്നനിലയിൽ വിഭീഷണനെ അംഗീകരിച്ചുകൊണ്ട് കപിശ്രേഷ്ഠനായ ഹനുമാനോട് രാമൻ പറഞ്ഞു: “സൗമ്യ, മഹാരാജാവായ വിഭീഷണന്റെ അനുവാദത്തോടെ ലങ്കയിൽ പ്രവേശിച്ച് മൈഥിലിയോട് കുശലം ചോദിക്കു. താനും, സുഗ്രീവനും, ലക്ഷ്മണനുമെല്ലാം കുശലികളായിരിക്കുന്നുവെന്ന് അറിയിക്കുക; യുദ്ധത്തിൽ രാവണൻ ഹതനായിരിക്കുന്നുവെന്നും.”

ദാശരഥിയുടെ നിർദേശമനുസരിച്ച് ഹനുമാൻ മൈഥിലിയെ കണ്ടു. രാമൻ നിരദേശിച്ചകാര്യം അപ്പടി മൈഥിലിക്കുകൈമാറി. രാവണാലയത്തിലാണ് സീത കഴിയുന്നതെന്നതിനാൽ സംഭ്രമിക്കേണ്ടകാര്യമില്ലെന്നും ലങ്കയുടെ അധീശത്വം വിഭീഷണന്ന് ഏൽപ്പിച്ചുകൊടുത്തിരിക്കുകയാണെന്നും പറഞ്ഞു. രാമൻ സീതയെ സന്ദർശിക്കുമെന്നും കൂട്ടിച്ചേർത്തു. അതിനുള്ള സീതയുടെ പ്രതികരണം ഇങ്ങനെയായിരുന്നു: “ഞാൻ ഭക്തവത്സലനായ ഭർത്താവിനെ കാണുവാനിച്ഛിക്കുന്നു.” “ഇന്നുതന്നെ ഭവതി രാമനെകാണും” ഹനുമാൻ സീതയ്ക്ക് ഉറപ്പുകൊടുത്തു.

തിരിച്ചെത്തിയ ഹനുമാൻ രാമന് വിവരങ്ങൾ കൈമാറി. സന്തുഷ്ടനായ രാമൻ വിഭീഷണന് ആജ്ഞനൽകി, ‘മുങ്ങിക്കുളിച്ച് മികച്ചകുറിക്കൂട്ടുകളും മികച്ച ആഭരണങ്ങളുമണിഞ്ഞ സീതയെ എന്റെ മുന്നിലേക്ക് ആനയിച്ചാലും.’

വിഭീഷണനൻ സീതയെ വിവരം ധരിപ്പിച്ചു. സീതയുടെ പ്രതികരണം: "കുളിക്കുംമുമ്പുതന്നെ അദ്ദേഹത്തെ കാണാൻ ഞാൻ ഇച്ഛിക്കുന്നു'' എന്നായിരുന്നു. എന്നാൽ വിഭീഷണനൻ ഭർത്താവുപറഞ്ഞതുപോലെ ചെയ്യാൻ സീതയോട് പറഞ്ഞു.

സീത മുങ്ങിക്കുളിച്ച് മികച്ചകുറിക്കൂട്ടുകളും ആഭരണങ്ങളുമണിഞ്ഞ് പട്ടുവസ്ത്രങ്ങൾകൊണ്ട് തിരശ്ശീലതീർത്ത ശിബികയിൽ രാക്ഷസന്മാരുടെ അകമ്പടിയോടെ രാമന്റെ സമീപത്തേക്ക് ആനയിക്കപ്പെട്ടു. ശിബികയിൽ കഴിയുന്ന സീതയുടെ ആകാരസവിശേഷത സ്വാഭാവികമായി രാമന്റെ ശ്രദ്ധയിൽ പെട്ടിരിക്കണം. അത് മനസ്സിൽ ശങ്കാവിഷവുമേറ്റിയിരിക്കണം. അതുകൊണ്ടാവണം ഉടനെ അദ്ദേഹം ചിന്താഗ്രസ്തനായത്. ജനക്കൂട്ടത്തെ ഇരുവശത്തേക്കും വകഞ്ഞുമാറ്റി അവർക്കുനടുവിലൂടെ ശിബിക തന്റെ അടുത്തേക്ക് കൊണ്ടുവരാൻ ശ്രമിച്ചപ്പോൾ അതിനെ തടഞ്ഞതും സീത ജനങ്ങൾക്കിടയിലൂടെ നടന്നുവന്നുകൊള്ളട്ടെ എന്ന് കൽപ്പിച്ചതും.

മൈഥിലി ഗർഭിണിയാണെന്ന് ബോധ്യപ്പെട്ടതുകൊണ്ടാവണം സീതയുടെ നേരെനോക്കി രാമൻ ഇപ്രകാരം പറഞ്ഞത്:

"നഹിത്വാം രാവണോ ദൃഷ്ട്വാ
ദിവ്യരൂപാം മനോരമാം
മർഷയേത ചിരം സീതേ
സ്വഗൃഹേ പര്യവസ്ഥിതാം''
(വാ. രാ. യുദ്ധ - 115: 24)

(സീതേ, ദിവ്യരൂപവും മനസ്സിനെ അഭിരമിപ്പിക്കുന്ന സ്വരൂപമുള്ളവളും തന്റെ വസതിയിൽ സ്ഥിരമായി താമസിക്കുന്നവളുമായ നിന്നെകണ്ടിട്ട് രാവണൻ ഏറെക്കാലം ക്ഷമിച്ചിരിക്കുമെന്ന് കരുതാൻ എനിക്കുസാധ്യമല്ല.) ഇത്തരത്തിലൊരാക്ഷേപം ലോകാപവാദഭീതിയാലുണ്ടായതാണെന്ന് വിചാരിക്കുവാൻ ആർക്കാണാവുക? അത് ഉത്തമബോധ്യപ്പെടലിൽനിന്നുണ്ടായതാണ്. സീതയെ നേരിൽകണ്ടപ്പോഴാണതുണ്ടായത്.

ഇത്തരം ഒരു നിഗമനത്തിലേക്ക് രാമനെ നയിക്കാനിടയായ ഒരു പ്രയോഗം രാമൻതന്നെ സീതയുടെ നേരെ നടത്തുന്നുണ്ട്.

"പ്രാപ്ത ചാരിത്ര്യ സന്ദേഹാ
മമ പ്രതിമുഖേ സ്ഥിതാ
ദീപോനേത്രാതുരസ്യേവ
പ്രതികൂലാസി മേ ദൃഢാ.''
(വാ. രാ. യുദ്ധ - 115: 17)

(ചാരിത്ര്യസന്ദേഹം സംഭവിച്ചവളായിട്ടാണ് ഭവതി എന്റെ മുന്നിൽ നിൽക്കുന്നത്. നേത്രരോഗിക്ക് ദീപം പോലെ ഭവതി എനിക്ക് ഏറ്റവും പ്രതികൂലയാണ്.)

ഇവിടെ സീതയ്ക്ക് രാമനെ ബോധ്യപ്പെടുത്താൻ ഒന്നുംതന്നെയില്ല. ഈ അവസ്ഥയിൽ മനസ്സിൽ തെളിഞ്ഞതാണ് അഗ്നിശുദ്ധി. ജാനകി അതിനുതന്നെ തയ്യാറായി. ലക്ഷ്മണൻ കൂട്ടിയ ചിതയിൽ പ്രവേശിച്ചു. അഗ്നിശുദ്ധിവരുത്തി. ഇതിനിടയിൽ അവിടെ എത്തിച്ചേർന്ന ബ്രഹ്മാവ് സംശയഗ്രസ്തനായിത്തന്നെ തുടരുന്ന രാമനോട് പറഞ്ഞു:

"വിശുദ്ധഭാവാം നിഷ്പാപാം
പ്രതിഗൃഹ്ണീഷ്വ മൈഥിലീം
ന കിഞ്ചി ദ ഭിധാതവ്യാ
അഹമാജ്ഞാപയാമിതേ."
(വാ. രാ. യുദ്ധ - 118: 10)

(സീത വിശുദ്ധഭാവയും പാപരഹിതയുമാണ്. അവളെ സ്വീകരിച്ചാലും. മറ്റൊന്നും പറയേണ്ടതായിട്ടില്ല. ഞാൻ താങ്കളോട് ആജ്ഞാപിക്കുകയാണ്.)

രാമന് യഥാർഥവസ്തുത ബോധ്യമായോ? അദ്ദേഹത്തിന്റെ വാക്കുകൾ:

"അനന്യ ഹൃദയാം സീതാം
മച്ചിത്ത പരിരക്ഷിണീം
അഹ മപ്യവഗച്ഛാമി
മൈഥിലീം ജനകാത്മജാം."
(വാ. രാ. യുദ്ധ - 118: 15)

(സീത അനന്യഹൃദയയാണ്. ജനകാത്മജയായ അവൾ എന്റെ മനസ്സിന്റെ സംരക്ഷകയാണ്. അത് എനിക്കറിയാവുന്നതാണ്.)

"നഹിശക്ത: സുദുഷ്ടാത്മാ
മനസാപി ഹി മൈഥിലീം
പ്രധർഷയിതുമപ്രാപ്യാം
ദീപ്ത മഗ്നിശിഖാമിവ"
(വാ. രാ. യുദ്ധ - 118: 18)

(ദുഷ്ടാത്മാവായ അവന് (രാവണൻ) അഗ്നിയെയെന്നപോലെ മനസ്സുകൊണ്ടുപോലും മൈഥിലിയെ തീണ്ടാൻ കഴിയുകയില്ല.)

സീതയുടെ അഗ്നിപ്രവേശനാനന്തരം ബ്രഹ്മാവ്, പരമശിവൻ, ദേവേന്ദ്രൻ, വരുണൻ, യമദേവൻ, വൈശ്രവണൻ തുടങ്ങിയ ദേവപ്രമുഖരും പിതൃക്കളും അവിടെയെത്തുന്നുണ്ട്. അവരുടേയും അവിടെയുള്ള

വൻജനസഞ്ചയത്തിന്റെയും സാന്നിധ്യത്തിലാണ് രാമനിതുപറയുന്ന തെന്നോർക്കണം. പഞ്ചവടിയിൽവച്ച് സീത രാമനിൽ നിന്നും വേർ പിരിയുന്നതിനു തൊട്ടുമുമ്പുള്ളദിവസമാണ് സീത രാമന്റെ ബീജം തന്റെ ഉദരത്തിൽ ഏറ്റുവാങ്ങിയതെങ്കിൽ, ഗർഭലക്ഷണത്തോടെ ഇപ്പോൾ മുന്നിൽ നിൽക്കുന്ന സീതയെ പ്രതിരാമനുണ്ടാകാവുന്ന സംശയം സ്വാഭാവികമാണ്.

സംശയഗ്രസ്തനായി നിൽക്കുന്ന രാമന്റെ മുന്നിൽനിന്ന് തുറന്നമന സ്സോടെ സംസാരിക്കുന്ന സീത കൂട്ടത്തിൽ ഇങ്ങനെ പറയുന്നുണ്ട്:

"യദഹം ഗാത്രസ്പർശം
ഗതാസ്മി വിവശാ പ്രഭോ
കാമകാരോ ന മേ തത്ര
ദൈവം തത്രാപരാധ്യതി."
(വാ. രാ. യുദ്ധ - 116: 8)

(ഗാത്രസ്പർശം സംഭവിച്ചിട്ടുണ്ടെങ്കിൽ അത് ശരീരം എനിക്ക് വശഗ മല്ലാതായിപ്പോയപ്പോഴാണല്ലോ. അത് എന്റെ ഇച്ഛപ്രകാരമല്ല പ്രഭോ. അതിൽ അരാധി വിധിയാണ്.)

സീതയുടെ ഈ പ്രതികരണം രാമന്റെ മനസ്സിൽ എപ്രകാരത്തി ലുള്ള ചിന്തയാണുണർത്തിവിട്ടതെന്ന് വാല്മീകി പറയുന്നില്ല. അയോ ധ്യയിൽ തിരിച്ചെത്തി മൂന്നോ നാലോ മാസത്തിനുള്ളിൽ സീതയെ ഉപേക്ഷിക്കുവാനുള്ള തീരുമാനം പൊടുന്നനെയെടുക്കുവാൻ സീതയുടെ ഈ വാക്യം കാരണമായിട്ടുണ്ടോ യെന്നത് ഇനിയും പരിശോധിക്കപ്പെ ടേണ്ടതായിട്ടാണിരിക്കുന്നത്. ദാമ്പത്യബന്ധം പരിപൂതമാണ്. അതിൽ പാലിൽ ഉപ്പുപോലെ സംശയത്തിന്റെ കണിക വീണാൽ അതിനെ ഇല്ലാതാക്കാൻ യാതൊരു യജ്ഞത്തിനും കഴിയുന്നതല്ലെന്നസത്യം ബോധ്യപ്പെടുത്തുകയാണോ വാല്മീകി അപ്രതീക്ഷിതസീതാപരിത്യാഗ ത്തിലൂടെ ചെയ്തിരിക്കുന്നതെന്നും പരിശോധിക്കപ്പെടേണ്ടതാണ്.

●

സഹായകഗ്രന്ഥങ്ങൾ

1.വാല്മീകിരാമായണം-(ഡോ.എം ലീലാവതി
2. മനുസ്മൃതി -സിദ്ധിനാഥാനന്ദസ്വാമി
3.ഋഗ്വേദം-ഒഎംസി നാരായണൻ നമ്പൂതിരിപ്പാട്.